MAZOEZI YA KISWAHILI

Kitabu Cha Wanafunzi Wa Mwaka Wa Kwanza

Swahili Exercises
A Workbook for First Year Students

Lioba J. Moshi
Stanford University

To be used with Kiswahili Misingi ya Kusema, Kusoma na Kuandika
by Thomas J. Hinnebusch and Sarah M. Mirza

UNIVERSITY
PRESS OF
AMERICA

Lanham • New York • London

Library of Congress Cataloging-in-Publication

Moshi, Lioba J.
Mazoezi ya Kiswahili : kitabu cha wanafunzi wa mwaka wa kwanza=
Swahili exercises : a workbook for first year students / Lioba J. Moshi.
p. cm.
Swahili and English.
1. Swahili language—Text-books for foreign speakers—English.
2. Swahili language—Composition and exercises. I. Title.
II. Title: Swahili exercises.
PL8702.M66   1988
496'.39282421—dc 19   88–27671 CIP
ISBN 0–8191–7215–4 (pbk. : alk. paper)

Kwa wanafunzi wote, marafiki na wafadhili.
"Lugha ni ufunguo wa maisha."

Acknowledgments

This work would not have been accomplished without the help of Dr. Barbara Meister Ferré in editing, typing sections that needed revisions, and formatting the book into its final condition. I would also like to thank Shanon Head who helped with the typing of some of the earlier drafts. Many thanks to Professor Thomas Hinnebusch for his comments and for supporting the idea of producing this workbook. Professor Eyamba Bokamba's contribution cannot pass without mention. His suggestions and comments after using the early drafts of the manual helped me greatly to improve the final draft of the book. Special thanks to my assistants, Shanon Head and Sherrie Turner, who spent many hours of typing the drafts. Last but not least, my gratitude to friends and colleagues for their encouragement and support. I cannot forget my students who have used the book; they provided a perfect testing ground for the materials that resulted in this workbook.

Lioba J. Moshi

Contents

Introduction

This manual is intended to provide supplementary exercises that can be used in the classroom or at the student's own time. The exercises are a collection of classroom exercises based on **Kiswahili misingi ya kusema, kusoma, na kuandika** by Thomas J. Hinnebusch and Sara Mirza (1979). Each lesson in this manual tries to follow closely the Hinnebusch and Mirza text. In addition, after every few lessons there is a review lesson specified as **Marudio** "revision exercises".

The exercises in each lesson are intended to drill specific structures in their practical application. Thus each lesson contains grammatical structure exercises to help the student in sentence building, comprehension, and composition. The question-answer excercises will help the student to become more independent in formulating answers without considering specific contexts. The first comprehension exercise appears in **Marudio 1**. The first composition exercise is in lesson eight. By this time, the student is expected to have mastered simple sentence structures that will enhance writing skills.

At the end of the book there is a section called **Nyongeza** "appendix". This section is intended to introduce the student into letter writing, a skill that may further be developed in the second or third year of Kiswahili instruction. The section includes a short description of personal and business letters with a sample letter for each type. For each letter type, the student is asked to write a letter of his/her own for practice.

There is also a Swahili/English and English/Swahili dictionary section at the end of the book. The vocabulary matches that found in the Hinnebusch and Mirza textbook with the addition of new words used in some of the exercises. There is a short description of the format used in listing the words in the dictionary section.

SOMO LA KWANZA

A. Tafsiri kwa Kiswahili.

1. Hello, Juma, how are you?

_____

2. Good morning, teacher.

_____

3. How are you this morning, Asha?

_____

4. I am fine.

_____

B. Jaza nafasi.

1. Hujambo, bwana Juma? _____jambo, mwalimu.
2. Habari za asubuhi? _____
3. _____jambo, bibi? Habari za asubuhi? _____
4. Habari _____ mwanafunzi? Nzuri _____, mwalimu.
5. Hujambo, mwalimu? _____, mwanafunzi.

C. Andika jibu.

1. Hujambo mwanafunzi?

_____

2. Habari gani?

_____

3. Habari za asubuhi?

_____

4. Mwamkie bi Sara?

_____

5. Mwamkie mwalimu?

_____

1

somo la kwanza

D. Tafsiri kwa Kiingereza.

1. Hujambo ndugu?

_____

2. Sijambo bi Aisha.

_____

3. Mwalimu anafundisha maamkio.

_____

4. Wanafunzi wanasema hujambo na sijambo.

_____

5. Wewe sema hujambo, na wewe itika sijambo.

_____

E. Tafsiri kwa Kiswahili.

1. How are you this morning?

_____

2. Hello, Miss Kindege.

_____

3. How are your lessons?

_____

4. The student is saying, "hello" and another is responding, "hello, I am fine."

_____

_____

F. Jibu maswali haya.

1. Hujambo?

_____

2. Unasoma nini?

_____

somo la kwanza

   3. Unajifunza nini?

_____

   4. Nani anafundisha Kiswahili?

_____

   5. Nani anasoma Kiswahili?

_____

   6. Habari za Kiswahili?

_____

   7. Habari za nyumbani?

_____

G. Jibu maswali haya.

   1. Hujambo mwanafunzi?

_____

   2. Habari za nyumbani?

_____

   3. Habari za asubuhi?

_____

   4. Nani anajifunza Kiswahili?

_____

   5. Nani anafundisha Kiswahili?

_____

   6. Wanafunzi wanafanya nini sasa?

_____

   7. Mwalimu anafanya nini darasani?

_____

SOMO LA PILI

A. Jibu maswali haya.

1. Hamjambo wanafunzi?

   _____

2. Habari za masomo ya Kiswahili?

   _____

3. Habari za nyumbani?

   _____

4. Wewe na wanafunzi wengine, hamjambo?

   _____

5. Ndugu, hamjambo?

   _____

B. Tafsiri kwa Kiswahili.

1. Juma, greet the students.

   _____

2. You all, say we are fine.

   _____

3. the fifth student

   _____

4. six children

   _____

5. The teacher and the students are greeting each other.

   _____

5

somo la pili

C. Tafsiri kwa Kiingereza.

    1.   Mwalimu anasema, "Ninyi Hamjambo?"

_____

    2.   Wanafunzi wanaitika, "Sisi hatujambo."

_____

    3.   Mwanafunzi mmoja anajibu, "Nzuri sana."

_____

    4.   Bibi anauliza, "Habari za mchana?"

_____

D. Tafsiri kwa Kiingereza.

    1.   Mwalimu anafundisha maamkio.

_____

    2.   Mwalimu anasema, "Ninyi hamjambo?"

_____

    3.   Wanafunzi wanajibu, "Sisi hatujambo."

_____

    4.   Mwanafunzi mmoja anauliza, "Habari za asubuhi?"

_____

    5.   Mwingine anajibu, "Nzuri sana."

_____

    6.   Sasa ni mchana.

_____

E. Jibu maswali haya.

    1.   Hujambo mwanafunzi?

_____

    2.   Habari za nyumbani?

_____

6

somo la pili

3. Ninyi hamjambo?

_____

4. Nani anafundisha Kiswahili?

_____

5. Wanafunzi wanajifunza nini?

_____

F. Andika kwa Kiswahili.

1. the first lesson

_____

2. the fifth student

_____

3. the tenth teacher

_____

4. six children

_____

5. two teachers

_____

6. one child

_____

7. five students

_____

8. ten teachers

_____

9. the third lesson

_____

10. three students

_____

somo la pili

G.   Andika majibu kwa Kiswahili.

       ([+] = jumlisha, [-] = toa, [x] = zidisha kwa, [÷] = gawanya kwa)

      1.   3 + 5 = 8

      _____

      2.   4 x 4 = 16

      _____

      3.   7 - 2 = 5

      _____

      4.   18 ÷ 9 = 2

      _____

H.   Andika kwa wingi (plural).

      1. mwanafunzi _____   2. sema   _____

      3. jibu   _____   4. kwa heri _____

      5. uliza   _____   6. mwingine _____

      7. amkia   _____   8. asante   _____

      9. itika   _____   10. mwalimu _____

SOMO LA TATU

A. Jaza nafasi.

1. Mimi _____ jambo?

2. Yeye _____ jambo?

3. Wao _____ jambo?

4. Wazee _____ jambo?

5. Watoto _____ jambo?

6. Ninyi _____ jambo?

7. Wewe _____ jambo?

8. Sisi _____ jioni?

9. Mzee na watoto wote _____ jambo?

10. Juma na Mariamu _____ jambo?

B. Jibu maswali haya.

1. Hamjambo?

_____

2. Wazee hawajambo?

_____

3. Mama ni mgonjwa?

_____

4. Kaka na dada hawajambo?

_____

5. Kwa herini wanafunzi.

_____

somo la tatu

C. Jaza nafasi hizi.

1. Ninyi _____ jambo?

2. Wanafunzi _____ jambo?

3. Wewe _____ jambo?

4. Baba Juma _____ nasema, Juma _____ jambo?

5. Sisi _____ nasoma Kiswahili.

6. Wazee _____ ako _____ jambo?

7. Watoto _____ ako _____ nasema Kiswahili vizuri sana.

8. Zoezi _____ kusoma.

D. Tafsiri kwa Kiswahili.

1. Is the teacher fine?

_____

2. The students are well.

_____

3. How are things this evening?

_____

4. How is everyone at home?

_____

E. Jibu maswali haya.

1. Nyumbani hawajambo?

_____

2. Mtoto wa kwanza wa Juma ni Ali, Juma ni nani?

_____

somo la tatu

3. Mtoto wa kwanza wa Aisha ni Rebeka. Aisha ni nani?

_____

4. Baba wa baba au baba wa mama ni.....

_____

5. Mama wa mama au mama wa baba ni.....

_____

F. Andika kwa Kiswahili.

1. 5   2. 30

_____   _____

3. 17   4. two people

_____   _____

5. three children   6. six people

_____   _____

7. sixth child   8. first child

_____   _____

G. Andika kwa Kiingereza.

1. kaa   _____

2. wanaamkiana   _____

3. ishirini   _____

4. watoto watano   _____

5. mwalimu wa nne   _____

6. zoezi la nyumbani   _____

7. zungumza   _____

8. amkiana   _____

SOMO LA NNE

A. Jibu maswali haya.

   1. Shikamoo.

    _____

   2. Hodi.

    _____

   3. Kwa herini wanafunzi.

    _____

   4. Wazee hawajambo?

    _____

   5. Na ninyi je, hamjambo?

    _____

B. Tafsiri kwa Kiswahili.

   1. Juma is a Swahili teacher.

    _____

   2. Juma is an elder.

    _____

   3. After conversing a little, they say good-bye to each other.

    _____

   4. Now Mariam is calling, "hodi."

    _____

   5. After greeting each other, they converse for a while.

    _____

somo la nne

C. Tafsiri kwa Kiswahili.

1. The students are learning Kiswahili.

   _____

2. Mother is a little sick but father is fine.

   _____

3. The students read the book at home.

   _____

4. The students are saying hello and how are you.

   _____

5. After greeting the teacher the students read a book.

   _____

D. Andika jibu.

1. Shikamoo baba.

   _____

2. Habari za asubuhi?

   _____

3. Wanafunzi wanasoma nini katika shule?

   _____

4. Baba Juma anasema hodi, na mama Ali anajibu .....

   _____

5. Sasa baba Juma anasema kwa heri Mama Ali, na mama Ali anajibu .....

   _____

6. Juma ni mtoto wa kwanza wa baba Juma. Mama wa/ya Juma ni .....

   _____

7. Hodi baba Juma.

   _____

14

8. Kwa heri mama Juma.

_____

9. Mwalimu anafundisha nini?

_____

E. Andika kwa Kiingereza.

1. agana _____

2. karibu _____

3. kwa muda _____

4. onana _____

5. hodi _____

6. wanaagana _____

7. kwa heri ya kuonana _____

8. baada ya muda kidogo _____

9. wanasema _____

10. baba Juma _____

11. mgonjwa kidogo _____

SOMO LA TANO

A. Jibu maswali haya.

1. Hamjambo?

_____

2. Jina lako ni nani?

_____

3. Jina la mwalimu wa Kiswahili ni nani?

_____

4. Baba yako ni nani?

_____

5. Mwalimu wako, jina lake ni nani?

_____

B. Tafsiri kwa Kiingereza.

1. Mzee na mtoto wanaamkiana.

_____

2. Baba anauliza, "Je, nyumbani hawajambo?"

_____

3. Hapana, si Mtanzania, yeye ni mtu wa Kenya, anafundisha huko.

_____

4. Yeye ni mwalimu wa Chuo Kikuu cha California, Los Angeles.

_____

5. Basi, baada ya kuzungumza kwa muda kidogo wanaagana na kusema kwa heri ya kuonana.

_____

_____

somo la tano

C.   Jibu maswali haya.

1.   Jina la mwalimu wako ni nani?

_____

2.   Baba yako, jina lake ni nani?

_____

3.   Habari za asubuhi?

_____

4.   Baba na mama hawajambo?

_____

5.   Wewe ni mwanafunzi?

_____

D.   Tafsiri kwa Kiswahili.

1.   What is your name?

_____

2.   My father's name is Jacob.

_____

3.   I have three sisters. They are Mary, Martha and Ann.

_____

4.   We have a guest at home. His name is Taratibu.

_____

5.   Your name is Jenifa, but my name is Joan.

_____

E.   Tafsiri kwa Kiingereza.

1.   Wanaagana.

_____

2.   Kwa heri ya kuonana.

_____

18

3.   Karibuni wanafunzi.

_____

4.   Mwalimu, jina lake ni nani?

_____

5.   Kuamkiana.

_____

6.   Kuzungumza kwa muda kidogo.

_____

7.   Zoezi la nyumbani.

_____

F.   Jaza nafasi hizi.

1.   Mimi, jina _____ ni Aisha.

2.   Mzee, jina _____ ni Juma.

3.   Mtoto anasema _____, na mzee anajibu, "Marahaba."

4.   Juma ni mwalimu _____ Kiswahili.

5.   Mgeni, jina _____ ni Ben.

SOMO LA SITA

A. Jibu maswali.

1. Jina lako ni nani?

_____

2. Unatoka wapi?

_____

3. Unakaa wapi sasa?

_____

4. Unasoma nini?

_____

5. Unasoma wapi?

_____

6. Wazee wako wanakaa wapi?

_____

7. Rafiki yako anasoma shahada gani?

_____

8. Wazee wako ni nani?

_____

9. Mama yako anatoka wapi?

_____

10. Mwalimu wa Kiswahili anatoka wapi?

_____

B. Tafsiri kwa Kiingereza.

1. Ninasema Kifaransa, Kijerumani na Kiingereza kidogo.

_____

2. Wao wanatoka Ujerumani lakini wakaa California sasa.

_____

21

3. Mwalimu wa Kiswahili anafundisha Kiswahili lakini anazungumza lugha mbili pia.

   _____

   _____

4. Sacramento ni mji wa jimbo la California.

   _____

C. Andika sentensi kwa kutumia maneno haya.

   1. elimu

      _____

      _____

   2. baada ya

      _____

      _____

   3. pia

      _____

      _____

   4. uchumi

      _____

      _____

   5. mume

      _____

      _____

   6. katika

      _____

      _____

somo la sita

D. Jibu maswali haya.

1. Unatoka jimbo gani?

   _____

2. Unakaa mtaa gani sasa?

   _____

3. Wazazi wako wanakaa mji mmoja na wewe?

   _____

4. Unakaa katika nyumba yako au nyumba ya kupangisha?

   _____

5. Wazazi wako wanafanya kazi wapi?

   _____

6. Unapenda kazi yako?

   _____

7. Unasema lugha gani?

   _____

8. Unapenda kusoma masomo gani?

   _____

9. Rafiki zako wanatoka jimbo gani?

   _____

10. Unapenda kujifunza Kifaranza pia?

   _____

MARUDIO 1

A. Jibu maswali haya.

1. Mwanafunzi, hujambo?

_____

2. Wazee hawajambo?

_____

3. Wewe na ndugu zako, hamjambo?

_____

4. Rafiki yako anasoma Kiswahili pia?

_____

5. Kwa herini wanafunzi.

_____

6. Rafiki yako anatoka mji gani?

_____

7. Rafiki yako, jina lake ni nani?

_____

8. Wazee wako (baba na mama yako) ni nani?

_____

9. Nani anafundisha Kiswahili?

_____

10. Wao hawajambo?

_____

B. Jibu maswali haya.

1. Jina lako ni nani?

_____

2. Hujambo?

_____

3. Wazee hawajambo?

_____

4. Unatoka wapi?

_____

5. Unakaa wapi sasa?

_____

6. Unasoma wapi?

_____

7. Unasoma nini?

_____

8. Wazee wako wanakaa wapi?

_____

9. Mwalimu wako wa Kiswahili ni nani?

_____

10. Mwalimu wa Kiswahili anatoka wapi?

_____

11. Je, anakaa wapi sasa?

_____

C. Tafsiri kwa Kiingereza.

1. Mwalimu anafundisha maamkio. Yeye anasema, "Hamjambo," na wanafunzi wanaitika "hatujambo."

_____

_____

2. Mwanafunzi mmoja anauliza mwingine, "Habari za asubuhi?"

_____

3. Mimi ni mwalimu wa Kiswahili. Jina langu ni Rozana.

_____

4. Mariamu anabisha hodi na mzee anasema, "Karibu."

_____

5. Baada ya kuzungumza kidogo juu ya masomo ya Kiswahili,
   Aisha na Ayubu wanaagana na kusema kwa heri.

_____

_____

6. Yeye anafundisha Kiswahili vizuri sana.

_____

7. Ni mchana. Mwalimu na bibi mmoja wanaamkiana,
   mwalimu anasema, "Hujambo ndugu? Habari gani za mchana?"

_____

_____

8. "Habari za wanafunzi wa Kiswahili?" mama Dauda anauliza.
   Mwalimu anajibu, "Nzuri kidogo".

_____

_____

9. Na wewe je, jina lako nani?

_____

10. Hapana yeye ni mwalimu wa chuo cha elimu ya watu wazima mjini Tanga.
    Pia anafundisha Kiswahili.

_____

_____

D. Tafsiri kwa Kiswahili.

1. How are you this morning?

_____

2. He is fine, but he is a little sick.

_____

3. Is anyone home? Can I come in?

_____

4. What is your name?

_____

5. Good-bye until we see each other again.
    (give the appropriate saying; do not give literal translation).

_____

E. Jaza nafasi hizi.

1. Mimi _____nasoma Kiswahili.

2. Yeye _____nafundisha UCLA.

3. Wewe hujambo? Jina _____ ni nani?

4. Ninyi _____jambo?

5. Jina _____ mwalimu _____ Aisha.

6. Yeye ni mwalimu. Jina _____ ni nani?

F. Weka alama **X** kama sentensi si sahihi. (Put **X** if the phrase is incorrect).

1. Mtoto wa moja   _____

2. Watu kumi   _____

3. Wanafunzi wa saba   _____

4. Wanafunzi wasaba   _____

5.   Mwalimu wa tano   _____

6. Somo ya pili   _____

7. watoto yangu   _____

G. Tafsiri kwa Kiswahili au Kiingereza.

1. How are you this morning?

_____

28

2. Mwalimu anafundisha maamkio.

_____

3. One student says, "hello," another says, "I am fine."

_____

4. Mwalimu wako hajambo?

_____

5. We are reading the first lesson.

_____

H. Jaza nafasi hizi.

1. Habari gani?   _____

2. Ninyi hamjambo?   _____

3. Habari _____ asubuhi?

4. Juma na Mariamu _____jambo?

5. Yeye _____jambo?

I. Tafsiri kwa Kiingereza.

1. Juma ni mwalimu wa Kiswahili.

_____

2. Sasa Mariamu anabisha hodi.

_____

3. Mariamu ni mtoto, na Juma ni mzee.

_____

4. Baada ya kuzungumza kidogo wanaagana.

_____

5. Mwalimu anaitika, "Kwa heri dada."

_____

marudio 1

J. Tafsiri kwa Kiswahili.

1. I am fine. How is everybody at home?

_____

2. What is your friend's name?

_____

3. No, he is not a teacher, he is a student.

_____

4. Her name is Amina.

_____

5. He comes from Mtwara.

_____

K. Jibu maswali haya.

1. Unasoma wapi?

_____

2. Unasoma masomo gani?

_____

3. Nani anafundisha masomo yako?

_____

4. Mwalimu wako wa Kiswahili anatoka wapi?

_____

5. Mwalimu wa Kiswahili anakaa wapi sasa?

_____

6. Wewe ni mzaliwa wa wapi?

_____

7. Ninyi mnakaa California kaskazini?

_____

8. Wazee wako wanasema Kijerumani?

_____

9. Rafiki yako anakaa Tanzania?

_____

L. Soma halafu jibu maswali kwa kutumia sentensi nzima.

Mwanafunzi mmoja anaenda kuzungumza na mwalimu wake. Mwanafunzi anasema: hodi, na mwalimu anaitika: karibu. Mwanafunzi ni Roza. Yeye anasoma katika shule ya Mwereni huko Moshi. Mwalimu ni Bi Rafaeli. Yeye anatoka mkoa wa Dar es Salaam lakini sasa anakaa mjini Moshi, anafundisha katika shule ya Mwereni. Roza anatoka kijiji cha Mzumbe wilaya ya Morogoro huko Tanzania pia. Roza anapenda shule yake, na anapenda masomo yake pia. Mwalimu Rafaeli ana watoto wanne. Wao wanakaa nyumbani na mama kwa sababu wao ni watoto wadogo bado.

Maswali:

1. Jina la mwalimu ni nani?

_____

2. Jina la mwanafunzi ni nani?

_____

3. Roza anatoka wapi? Anafanya nini mjini Moshi?

_____

4. Roza anasoma shule gani?

_____

5. Mwalimu wa Roza anatoka Moshi?

_____

6. Rafaeli ana watoto wangapi?

_____

7. Kwa nini watoto wa Rafaeli wanakaa nyumbani na mama?
   Kwa sababu _____

31

M.   Weka **X** kama sentensi si sahihi.   (Put **X** if the sentence is incorrect).

1.   Mwalimu ya Kiswahili.   _____

2.   Watoto yako.   _____

3.   Sisi unasoma Stanford.   _____

4.   Sisi sijambo.   _____

5.   Yeye ninaenda nyumbani.   _____

6.   Jina wangu ni nani?   _____

7.   Yeye ni mwalimu ya Kiswahili wa Stanford.   _____

8.   Hodi -----> Marahaba.   Shikamoo baba -----> nzuri.   _____

9.   Ninapenda Kiswahili.   _____

10.   Mimi anatoka Chicago.   _____

N.   Sasa andika vizuri sentensi za sehemu **B** zenye alama **X**.

_____

_____

_____

_____

_____

_____

_____

_____

SOMO LA SABA

A. Jibu maswali.

1. Jina lako ni nani?

_____

2. Wewe ni mzaliwa wa wapi?

_____

3. Wazazi wako ni nani?

_____

4. Mwalimu wa Kiswahili atoka wapi?

_____

5. Wazee wako ni wazaliwa wa Tanzania?

_____

6. Wakaa wapi sasa?

_____

7. Rais Clinton ni rais wa Tanzania?

_____

8. Wewe wapenda kufanya nini wikiendi?

_____

9. Wazazi wako wapenda kusoma nini asubuhi?

_____

10. Dada na kaka za mwalimu wakaa wapi?

_____

B. Tafsiri kwa Kiingereza.

1. Wanafunzi wa Kiswahili wataka kujua wewe wakaa wapi sasa.

_____

2. Mwalimu Julius Nyerere si kiongozi wa Uganda.

_____

3. Wote ni viongozi wa Afrika ya Mashariki.

_____

4. Sisi sote twaweza kusema Kiswahili.

_____

5. Ninyi nyote ni Wamarikani.

_____

C. Tafsiri kwa Kiingereza.

1. Wanafunzi wanajua sasa kwamba Mzee Jomo Kenyatta si rais wa Kenya.

_____

2. Mwanafunzi mmoja anaeleza kwamba Idi Amin si kiongozi wa Uganda sasa.

_____

3. Je, wanafunzi wote wajua nani ni rais wa Marikani?

_____

4. Baba Daudi anafanya kazi wapi? Yeye ni mwalimu wa Kiswahili katika Chuo Kikuu cha California, Los Angeles.

_____

_____

5. Baada ya kuzungumza kidogo juu ya isimu ya lugha, Aisha na Tamu wanaagana na kusema kwa heri.

_____

_____

6. Yeye afundisha Kiswahili vizuri sana.

_____

7. Ni mchana. Mwalimu na bibi mmoja wanaamkiana; mwalimu anasema, "Hujambo, ndugu, habari gani za mchana?"

_____

_____

8. "Habari za wanafunzi wa Kiswahili?" Mama Daudi anauliza. Mwalimu anajibu, "Nzuri sana, habari za watoto wako?"

    _____

    _____

9. Na wewe je, unafanya kazi wapi?

    _____

10. Mimi nafanya kazi Chuo Kikuu cha Dar es Salaam.

    _____

D. Tafsiri kwa Kiswahili.

    1. I want to know his name.

        _____

    2. He is a teacher; he is not a student.

        _____

    3. What language is Salima studying?

        _____

    4. What is your name?

        _____

    5. Good-bye until we see each other again.
        (give the appropriate saying; do not give literal translation)

        _____

E. Jaza nafasi hizi kwa kutumia wakati wa sasa, i.e -a tense.

    1. Mimi _____ toka Tanzania.

    2. Yeye _____ soma nini?

    3. Wewe _____ fundisha nini?

    4. Ninyi nyote _____ toka wapi?

    5. Sisi sote _____ jua.

35

6. Wazee wako _____ kaa wapi?

7. Nani _____ fundisha Kiswahili?

8. Wewe _____ soma wapi sasa?

9. Wao _____ fanya nini sasa?

10. Wanafunzi _____ jifunza Kiswahili?

F. Jibu maswali haya.

1. Wewe ni mzaliwa wa California?

    _____

2. Mwalimu wa Kiswahili ni Mmarikani?

    _____

3. Yeye anatoka wapi?

    _____

4. Wazazi wako wanazungumza lugha gani?

    _____

5. Rais Nyerere ni kiongozi wa Kenya?

    _____

6. Wanafunzi wa Kiswahili wanasoma Kijerumani pia?

    _____

G. Jaza nafasi na jibu maswali.

1. Mwingereza anatoka_____

2. Mjerumani asema lugha ya _____

3. Kama mtu atoka Ufaransa, yeye ni _____

4. Mariamu anatoka Tanzania, je anasema lugha gani?

    _____

36

5. Kama mtu asema Kiitaliano, yeye ni mzaliwa wa _____

6. Mzaliwa wa Ureno asema lugha gani?

_____

7. Ninatoka Tanzania, Afrika ya _____

8. Watanzania wanasema lugha gani kama lugha ya taifa?

_____

9. Warusi wasema lugha gani?

_____

10. Kama mtu ni Mkikuyu wa Kenya asema lugha gani kama lugha ya kwanza?

_____

H.   Tafsiri kwa Kiswahili.

My name is Aisha. I am a native of Africa. I come from Tanzania, the city of Dar es Salaam. Dar es Salaam is a city in the region/state of Dar es Salaam. My father's name is Abdul and my mother is Asha. They live in Tanzania in the city of Dar es Salaam, but I live in Palo Alto near Stanford. I live near the University Avenue but not on Woodside Road. I am studying history and political science. I like history and I want to get a degree in history. My friend says that her Swahili teacher comes from East Africa too. My friend speaks Kiswahili a little and she likes to study. She wants to go to East Africa. She says that her Swahili teacher likes to sing and they sing in the class. She likes to sing: "Baba shikamoo". I like to sing, too. She also likes to eat bread, bananas, pizza, and to drink beer, water, and milk. I like to drink tea, and read in the library.

_____

_____

_____

_____

_____

_____

37

somo la saba

_____

_____

_____

_____

I. Jaza nafasi hizi.

1. Wanafunzi _____ ote.

2. Sisi _____ ote.

3. Ninyi _____ ote.

4. Wao _____ ote.

5. Zoezi _____ nyumbani.

6. Mtoto _____ kwanza.

7. Mzaliwa _____ Marikani.

8. Yeye _____ rais _____ Tanzania.

9. Sisi _____ penda kula mkate asubuhi.

10. Nigeria ni nchi _____ Afrika _____ Magharibi.

J. Andika jibu sahihi.

1. Mtanzania anatoka _____

2. Mjerumani anasema _____

3. Kama mtu anatoka Ufaranza, yeye ni _____

4. Kama mtu anatoka Marikani anasema _____

5. Kama mtu anasema Kiingereza yeye ni mzaliwa wa _____

SOMO LA NANE

A. Jibu maswali.

1. Wewe unatoka Tanzania?

_____

2. Je, mwalimu wa Kiswahili ni mzaliwa wa Ujerumani?

_____

3. Unafanya nini sasa?

_____

4. Wamarikani/Waamerika wanakunywa pombe sana?

_____

5. Unakaa Las Vegas?

_____

B. Tafsiri kwa Kiingereza.

1. Kama mtu ni Mwingereza anatoka Uingereza sivyo?

_____

2. Watu wengi wa Afrika ya Mashariki wanajua na kufahamu Kiswahili.

_____

3. Katika shule za Tanzania wanafunzi wanajifunza masomo yao kwa lugha ya Kiswahili.

_____

4. Sisi twasoma Kiswahili Chuo Kikuu cha California, Los Angeles.

_____

5. Ninapenda kusikiliza radio kila siku jioni.

_____

6. Watu wa Las Vegas ni tajiri au maskini?

_____

7. Kule Afrika ya Mashariki (yaani katika nchi za Kenya, Tanzania na Uganda) watu wengi wanajua na wanafahamu Kiswahili.

    _____

8. Wote wa kisiwa cha Unguja na visiwa vingine wanasema Kiswahili.

    _____

9. Wengi wafahamu Kiingereza pia kama lugha ya pili au ya tatu, lakini lugha ya wananchi wa Afrika ya Mashariki kwa kweli ni Kiswahili.

    _____

    _____

10. Kama mtu ni Msukuma lugha yake ya kwanza ni Kisukuma.

    _____

11. Watu wengi wa Afrika ya Mashariki wanakaa mjini na wanasema Kiswahili au Kiingereza.

    _____

    _____

C. Tafsiri kwa Kiswahili au Kiingereza.

1. The people of Uganda do not understand Swahili well.

    _____

2. His first language is Chaga.

    _____

3. If you do not speak Swahili, what language do you speak?

    _____

4. Many people in Kenya do not know Kiswahili as their first language.

_____

5. Mwalimu wa Kiswahili ni Mzaliwa wa Tanzania. Anasema Kiswahili lakini hasemi Kichina.

_____

_____

6. In the schools of Tanzania, all the children learn Kiswahili.

_____

D. Jibu maswali haya kwa kukanusha.
Mfano: Anatoka Kenya? La, sitoki Kenya.

1. Unasema Kiswahili?

_____

2. Mimi ninapenda pombe?

_____

3. Unataka kahawa?

_____

4. Unakuja shuleni kwa njia gani basi?

_____

5. Bwana Paulo ni Mkenya?

_____

6. Ninyi mnatoka Afrika?

_____

7. Unaweza kuja nyumbani sasa?

_____

8. Watoto hawa wanacheza mpira?

_____

9. Yeye anapenda kunywa maziwa?

_____

41

somo la nane

E.   Tafsiri kwa Kiingereza.

1.   Kule Afrika ya Mashariki watu wengi wanajua na wanafahamu Kiswahili.

_____

2.   Kama mtu ni Msukuma lugha yake ya kwanza si Kiswahili.

_____

3.   Hasemi na hafahamu lugha ya Kiswahili kama lugha yake ya kwanza.

_____

4.   Watu wote wa kisiwa cha Unguja na visiwa vingine wanajua na kufahamu Kiswahili kwa sababu ni lugha yao ya kwanza.

_____

_____

_____

5.   Katika shule za Tanzania watoto wote wanajifunza Kiingereza kama lugha ya pili au ya tatu.

_____

_____

F.   Andika insha fupi juu yako. Mambo muhimu ni kama:

1.   Jina lako, wazazi wako, unatoka wapi, unakaa wapi, unasoma nini, unasoma wapi.

2.   Unapenda nini, hupendi nini, unataka kufanya nini na kadhalika na kadhalika.....

_____

_____

_____

_____

_____

somo la nane

_____

_____

_____

_____

_____

_____

_____

_____

_____

_____

_____

_____

_____

_____

_____

_____

_____

_____

_____

SOMO LA TISA

A. Jibu maswali.

   1. Wewe ni mwalimu wa Kiswahili?

   _____

   2. Je, unatoka Tanzania?

   _____

   3. Mwalimu wa Kiswahili ana pikipiki?

   _____

   4. Unakuja shuleni kwa njia gani?

   _____

   5. Lugha yako ya kwanza ni nini?

   _____

B. Tafsiri kwa Kingereza au Kiswahili.

   1. Kama mtu ni Msukuma lugha yake ya kwanza ni Kisukuma.

   _____

   2. I don't have a car but I have a motorcycle.

   _____

   3. Watu wengi wa Afrika ya Mashariki wanajua na kufahamu Kiswahili.

   _____

   4. Many people in Kenya do not know Swahili as their first language.

   _____

   5. Katika shule za Tanzania wanafunzi wanajifunza masomo yao kwa lugha ya Kiswahili.

   _____

   _____

   6. I come to school on foot.

   _____

7.   Sisi twasoma Kiswahili Chuo Kikuu cha California, Los Angeles.

_____

8.   I come to school by bus.

_____

9.   I don't go to the market by bus because I have a car.

_____

C.   Jibu maswali haya.

1.   Wewe unasoma Kiitaliano?

_____

2.   Wazazi wako wanakaa Tanzania?

_____

3.   Kama hutoki Tanzania, unatoka wapi?

_____

4.   Mwalimu wako wa Kiswahili ni Mkenya?

_____

5.   Kule Afrika ya Mashariki, watu wanasema lugha gani?

_____

6.   Kama mtu ni Mchaga, anasema lugha gani?

_____

7.   Katika shule za Tanzania, watoto wanasoma kwa kutumia lugha gani?

_____

8.   Wewe una eropleni?

_____

9.   Unakuja shuleni kwa njia gani?

_____

10. Wanafunzi wengi Marikani wanaenda shuleni kwa njia gani?

_____

11. Kule Afrika ya Mashariki, watu wengi wana motokaa?

_____

12. Kama mtu hana motokaa anaweza kwenda sokoni kwa njia gani?

_____

13. Kama mtu anakaa San Diego, anaweza kwenda New York kwa njia gani?

_____

D.   Tafsiri kwa Kiswahili.

I am a student at Stanford University. I do not live at Stanford, but I live very close to the university. I come to school on foot. I also like to drive my car to Stanford. I have a bike and I also come to Stanford by bike. I don't like to study in the library because many people sleep in the library. I like to study at home, listen (sikiliza) to my radio and drink tea. I don't like to drink beer or coffee. I am not wealthy (tajiri). Many people in Africa are not wealthy too. They do not have enough money to buy a car or a bike. Some are able to buy a bike because they work in the city. My teacher says that it is good to go to Africa to learn about the country and its people.

_____

_____

_____

_____

_____

_____

_____

_____

_____

somo la tisa

E. Andika maneno haya kwa Kiingereza.

    1. Tanzania bara _____

    2. historia _____

    3. kujifunza _____

    4. kisiwa _____

    5. kwa sababu _____

    6. kwa hivyo _____

    7. mbalimbali _____

    8. wakulima _____

    9. wafanyakazi _____

    10. mashambani _____

F. Chagua neno katika kifungu B lenye maana sawa na neno katika A.

A		B
miguu	_____	refuse, negation
njia	_____	enough money
njia za lami	_____	expensive
masoko	_____	few people
ghali	_____	way, path
gari la moshi	_____	condition of the roads
mfanya kazi	_____	paved road
karibu na	_____	worker
watu wachache	_____	markets
pesa za kutosha	_____	train
barabara za udongo	_____	near
taabu/shida	_____	necessities

somo la tisa

shamba	_____	tar
udongo	_____	bird, aeroplane
lami	_____	unpaved roads
kukataa	_____	problem, hardship
ndege	_____	farm
mahitaji	_____	dirt, soil
hali ya njia	_____	feet

G. Jaza nafasi hizi.

1. Unasema Kiswahili? La, _____ Kiswahili.

2. Mama anasema Kiswahili? La, _____ Kiswahili.

3. Hans anasoma Kirusi? Hapana, _____ Kirusi.

4. Mimi sipendi pombe. Kweli, _____ pombe?

5. Unataka kahawa? La, _____, asante.

6. Bibi Andersson anaendesha gari? La, _____ gari.

7. Je, wewe ni Mkanada? La, mimi _____ Mkanada.

8. Unafahamu Kiswahili? Hapana, _____ Kiswahili.

9. Bwana Paulo si Mkenya. Kweli, yeye _____ Mkenya?

10. Unakula nyama ya nguruwe? La, _____ nyama ya kuku.

11. Ninyi mnatoka Afrika? Hapana, _____ Afrika.

12. Hamtaki kula sasa? Ndiyo, _____ kula sasa.

13. Mnataka kunywa maji baridi? La, _____ maji baridi.

14. Wazee wanakwenda kulala? Hapana, _____ kulala.

SOMO LA KUMI

A. Tafsiri.

1. Juma na baba yake wanakaa pwani karibu na kijiji cha Mtwara huko Tanzania.

   _____

   _____

2. Juma atasafiri kesho kwenda Dar es Salam kusoma katika chuo kikuu.

   _____

   _____

3. Safari ya kwenda Dar kutoka Mtwara ni masaa kumi na mbili.

   _____

4. Juma hawezi kwenda Dar kwa miguu au kwa baisikeli kwa sababu ni mbali.

   _____

   _____

5. Kwa hivyo ataamka mapema kama saa moja asubuhi kama hataki kuchelewa.

   _____

   _____

B. Andika saa kwa Kiingereza.

1. Saa kumi jioni _____

2. Saa nane usiku wa manane _____

3. Saa sita mchana _____

4. Saa tisa alasiri _____

5. Saa mbili asubuhi _____

6. Saa kumi na moja alfajiri _____

51

somo la kumi

C.   Jibu maswali au kamilisha sentensi.

1.   Kesho utaamka saa ngapi?

_____

2.   Kila siku unaamka saa ngapi?

_____

3.   John ataondoka saa ngapi?

_____

4.   Wataondoka tarehe ngapi?

_____

5.   Ndugu yako ataanza kazi lini?

_____

6.   Siji shule/skuli   _____

7.   Haendi mjini   _____

8.   Sitakuja kwa   _____

9.   Baada ya kujifunza Kiswahili, nita   _____

10. Hawatafanya   _____

11. Tutarudi nyumbani   _____

D.   Kamilisha maswali haya kwa kutumia: **gani, wapi, lini, ngapi, nini, nani.**

1.   Utarudi nyumbani   _____?

2.   Ataanza kazi saa   _____?

3.   Wataanza shule mwezi   _____?

4.   Mtajifunza kifaransa   _____?

5.   _____ anajifunza Kifaransa?

6.   Unaishi   _____?

somo la kumi

E.   Jibu kwa Kiswahili. Tumia saa kamili tu (do not use minutes).

1.   Unaamka saa ngapi kila siku?

_____

2.   Unaondoka nyumbani asubuhi saa ngapi?

_____

3.   Unaenda shuleni saa ngapi?

_____

4.   Unafanya kazi tangu saa ngapi mpaka saa ngapi?

_____

5.   Unakula chakula cha mchana saa ngapi?

_____

6.   Darasa la Kiswahili ni saa ngapi kila siku?

_____

7.   Wewe unarudi nyumbani kutoka shuleni saa ngapi?

_____

8.   Asubuhi unafanya nini?

_____

9.   Jioni unafanya nini?

_____

10. Wewe unapenda kwenda kulala saa ngapi?

_____

F.   Jibu maswali kwa kukanusha.

1.   Utalala hotelini?

_____

2.   Utakaa miezi miwili?

_____

somo la kumi

3. Utakuja hapa?

_____

4. Utarudi kesho asubuhi?

_____

5. Atafanya kazi shuleni?

_____

6. Atanunua mananasi?

_____

7. Ataleta dawa?

_____

8. Daudi atarudi Jumatatu?

_____

9. Helena atapiga simu leo?

_____

10. Bwana ataleta gari?

_____

11. Mama atapika viazi vikuu?

_____

G. Andika maswali ya majibu haya.

1. Sitanunua machungwa.

_____

2. Sitakunywa pombe.

_____

3. Sitasafiri kesho.

_____

4. Sitarudi kesho asubuhi.

_____

54

somo la kumi

H.   Sasa ni saa ngapi?

1. 7 a.m. _____

2. 4 p.m. _____

3. 2 a.m. _____

4. 9 p.m. _____

5. 11 a.m. _____

6. 3 p.m. _____

7. 6 a.m. _____

8. 1 p.m. _____

9. 8 a.m. _____

10. 12 p.m. _____

SOMO LA KUMI NA MOJA

A. Andika saa kwa Kiingereza.

1. Saa saba na robo mchana. _____

2. Saa nne na nusu jioni. _____

3. Saa tisa kasa dakika tano usiku. _____

4. Saa kumi kasa robo mchana. _____

5. Saa tisa na dakika kumi usiku. _____

B. Jibu maswali kwa kutumia saa katika alama za ( ).
Saa katika alama za () kwa Kiingereza; jibu kwa saa za Kiswahili.

Mfano: Thomas anaamka saa ngapi? (6:30 a.m.)
Anaamka saa kumi na mbili na nusu asubuhi.

1. Thomas anakunywa chai saa ngapi? (7:00 a.m.)

_____

2. Thomas anakwenda kazini saa ngapi? (7:30 a.m.)

_____

3. Thomas anaanza kazi saa ngapi? (8:00 a.m.)

_____

4. Thomas anakunywa kahawa saa ngapi? (11:00 a.m.)

_____

5. Thomas anamaliza kazi saa ngapi? (1:30 p.m.)

_____

6. Thomas anarudi nyumbani saa ngapi? (3:00 p.m.)

_____

7. Thomas anakula chakula cha mchana saa ngapi? (3:15 p.m.)

_____

somo la kumi na moja

C. Andika maneno haya kwa Kiingereza.

1. saa _____   2. dakika _____

3. ngapi? _____   4. robo _____

5. saa ngapi? _____   6. nusu _____

7. jioni _____   8. kamili _____

9. usiku _____   10. pumzika _____

11. maliza _____   12. mpaka _____

13. kasa, kasoro _____   14. ondoka _____

D. Andika saa hizi za Kiingereza kwa Kiswahili.

1. 7:15 a.m.

_____

2. 2:30 p.m.

_____

3. 1:45 a.m

_____

4. 6:00 p.m.

_____

5. 12:20 a.m.

_____

6. 8:05 a.m.

_____

7. 8:15 a.m.

_____

8. 9:30 a.m.

_____

somo la kumi na moja

E. Andika kwa maneno.

1. Jan. 11, 1986: tarehe _____

_____

2. Oct. 1, 1985: tarehe _____

_____

3. 1710 _____

4. 46 _____

5. 132 _____

6. 2968 _____

7. 32 _____

8. 63 _____

9. 74 _____

10. 126 _____

F. Tumia 'object prefix' sahihi.

1. Nitaenda ku_____tembelea rafiki yangu.

2. Nitaenda ku_____tembelea rafiki zangu.

3. Anataka ku_____ona dada yake.

4. Anakuja ku_____tembelea (sisi) leo.

5. Nitapenda ku_____ona (wewe).

6. Ata_____ona wanafunzi darasani.

somo la kumi na moja

G.   Andika kwa Kiswahili au kwa Kiingereza.

1.   She teaches me Kiswahili.

_____

2.   She teaches at home.

_____

3.   She teaches them at home.

_____

4.   She will pay her $10.

_____

5.   My mother cooks for us every evening.

_____

6.   Who will bring you a radio?

_____

7.   Hapa Marikani watu wanafua nguo kwa kutumia mashine.

_____

8.   He will telephone her tonight.

_____

9.   I am writing him a letter.

_____

10. Huko Afrika watu wanafua nguo kwa mikono.

_____

11. The teacher will write to me tomorrow.

_____

12. You will wash his clothes for him.

_____

MARUDIO 2

A. Tafsiri kwa Kiingereza.

1. Baada ya kupata digrii yangu nitarudi Tanzania.

   _____

2. Zalika ni Mtanzania lakini anakaa Los Angeles.

   _____

3. Wanafunzi wanasema kwamba Rais Nyerere si kiongozi wa Marikani.

   _____

4. Mwalimu Klaudi ni mtu wa Marikani, anatoka Jimbo la New York.

   _____

5. Sisi twajua na kuelewa Kiswahili kidogo tu.

   _____

6. Lugha ya Watanzania ni Kiswahili kwa sababu ni lugha ya taifa.

   _____

7. Katika shule ya Kenya wanafunzi wanasoma masomo yao kwa Kiingereza,
   Kiswahili au lugha zao za kwanza.

   _____

   _____

8. Wananchi wengi huko Afrika ya Mashariki wanakaa mashambani.

   _____

9. Sisi twajua kwamba baba yake Juma ni mvuvi na si mvivu.

   _____

10. Tausi atasafiri kwenda Nairobi kwa sababu ataanza kusoma katika Chuo
    Kikuu cha Nairobi.

    _____

    _____

marudio 2

B.   Tafsiri kwa Kiswahili.

1.   I will go to school at 8 a.m.

_____

2.   Do your parents have a house?

_____

3.   Many people in Tanzania do not have a car because they do not have enough money to buy a car.

_____

_____

4.   By what means do you come to school?

_____

5.   We are studying Kiswahili and other subjects at school.

_____

6.   My parents do not come from New York.

_____

7.   Many people in East Africa know English as their second or third language.

_____

_____

8.   I live in Los Angeles but I come from Africa.

_____

9.   She is German, she speaks German very well.

_____

10. Which language are you studying?

_____

marudio 2

C. Jaza nafasi.

   1. Sisi _____kaa Los Angeles (tumia **a-** tense).

   2. Mwalimu _____fundisha Kiswahili sana.

   3. Yeye _____ _____tanzania, _____toka Tanzania.

   4. Ninyi ni _____marikani.

   5. Wazee wako wakaa Los Angeles? La, _____

   6. Wanafunzi (kuja) _____ shuleni kwa motokaa.
     (andika kwa kukanusha)

   7. Rafiki yangu (taka) _____kwenda Las Vegas.
     (andika kwa kukanusha)

   8. Wewe (fahamu) _____ Kiswahili vizuri.
     (andika kwa kukanusha)

   9. Kabla ya (lala) _____ ninasoma kidogo.

D. Andika kwa Kiingereza.

   1. Anapenda kusoma Kiswahili.

   _____

   2. Hatoki Tanzania.

   _____

   3. Hakumbuki kufanya zoezi la nyumbani, anakumbuka kucheza dansi.

   _____

   4. Mwalimu wetu ana dada mmoja na kaka tisa.

   _____

   5. Rais Clinton si rais wa Kenya, ni rais wa Marikani.

   _____

   6. Mwalimu wao wa Kiswahili anafundisha maamkio, hafundishi
     mazungumzo.

   _____

marudio 2

E. Andika kwa wingi.

mtoto _____   mzaliwa _____

mji _____   kiongozi_____

zoezi _____   darasa _____

mzee _____   kabila _____

kitabu _____   somo _____

F. Jibu maswali haya.

1. Wewe unatoka wapi?

_____

2. Unasoma (katika) chuo gani?

_____

3. Unasoma masomo gani?

_____

4. Nani anafundisha Kiswahili katika shule yako?

_____

5. Mwalimu wa Kiswahili ni Mmarikani?

_____

6. Wazazi wako ni wazaliwa wa Tanzania?

_____

7. Mwalimu wa Kiswahili anatoka Ujerumani?

_____

8. Kama wazazi wako hawakai Ujerumani wanakaa wapi?

_____

9. Nani ni Kiongozi wa Marikani?

_____

10. Kenyata ni kiongozi wa Kenya?

_____

11. Huko Tanzania, watu wanasema lugha gani?

_____

12. Unakuja shuleni kwa njia gani?

_____

13. Kama mtu anakaa Los Angeles anaweza kwenda New York kwa njia gani?

_____

14. Wafanyakazi wa Afrika ya Mashariki wanaweza kuenda kazini kwa njia gani?

_____

15. Watu wengi wa Afrika ya Mashariki wana motokaa?

_____

16. Baada ya masomo leo utafanya nini?

_____

G. Andika kwa Kiingereza.

1. elimu _____   2. mfanyakazi _____

3. mkulima _____   4. mzaliwa _____

5. kujua _____   6. darasa _____

7. kwamba _____   8. safari _____

9. simama _____   10. tarehe _____

H. Andika umoja au wingi.

1. Wazazi wangu wanakaa Tanzania.

_____

2. Mtoto anakula chakula.

_____

3. Mwalimu wa Kiswahili.

_____

4. Wanafunzi wa Tanzania wanakuja Stanford.

_____

5. Mtu wa Mombasa.

_____

6. Mtoto wa Juma.

_____

7. Mgeni kutoka Mombasa.

_____

8. Dada mmoja.

_____

9. Vitabu vya kusoma.

_____

10. Nyumba za udongo.

_____

I.   Soma kifungu hiki halafu jibu maswali.

Aika ni mtoto mdogo.   Anakaa na mama yake katika kijiji cha Tela huko
Moshi, Tanzania.   Kwa sababu anapenda sana kucheza, leo anataka kufanya
kazi zake zote kabla ya saa sita mchana.   Baada ya kazi zote, atamwuliza mama
yake kama anaweza kwenda kucheza na rafiki yake Rosa.   Anajua kwamba
mama yake atasema, haya basi kama atafanya kazi vizuri.   Lakini baba yake
Rosa ni mkali sana.   Hapendi kuona watoto wanacheza tuna hawafanyi kazi.
Kwa hivyo, Rosa na Aika watamwuliza baba Rosa kama kuna kazi.   Rosa
anajua kwamba kama Aika atamwuliza baba Rosa, yeye atasema hakuna kazi.
Basi wao watafurahi kwa sababu wataweza kucheza kwa muda mrefu.   Wata-
cheza tangu saa nane mchana mpaka saa kumi jioni.   Rosa atamsaidia mama
yake kupika na Aika atarudi nyumbani kumsaidia mama yake kupika pia.

Maswali:

1.   Aika anakaa wapi?

_____

2.   Rafiki yake Aika ni nani?

_____

marudio 2

3. Baada ya kazi, Aika atamwuliza mama yake nini?

_____

4. Aika anataka kufanya kazi zote kabla ya saa ngapi?

_____

5. Baba yake Rosa hapendi nini?

_____

6. Nani atamwuliza baba Rosa kama kuna kazi?

_____

7. Aika na Rosa watacheza kwa masaa mangapi?

_____

8. Baada ya kucheza, Rosa atafanya nini? Na Aika je?

_____

_____

J. Jibu maswali haya.
   1. Rafiki yako anatoka wapi?

   _____

   2. Baba na mama wanakununulia nguo?

   _____

   3. Nani anakupigia simu mara kwa mara?

   _____

   4. Nani anakulipia ada ya shule?

   _____

   5. Mwalimu wa Kiswahili ni Mmarikani? Anasema lugha gani?

   _____

   6. Watu wa Ufaranza wanasema lugha gani?

   _____

7. Watu wengi huko Afrika hawana motokaa. Kama wanataka kwenda mjini au sokoni, wanaweza kwenda kwa njia gani?

_____

_____

8. Baada ya chakula cha mchana leo utafanya nini?

_____

9. Unaamka saa ngapi kila siku na unakula chakula cha asubuhi saa ngapi?

_____

10. Utafanya nini wikiendi?

_____

K. Andika kwa Kiswahili.

1. I will buy the book for her.

_____

2. You are cooking for them.

_____

3. They will read at the library.

_____

4. You are running towards her.

_____

5. They will visit your grandma.

_____

6. I am doing the homework for her.

_____

7. They will move (go) towards him.

_____

8. She is opening the door for the teacher.

_____

marudio 2

L. Andika insha fupi juu yako kwa kuzingatia muhtasari huu.

Familia yako, masomo yako, waalimu wako. Unapenda nini na hupendi nini.
Njia za kupata mahitaji yako muhimu, kama unafanya kazi, kama familia yako
au mtu mwingine anakusaidia kiuchumi. Unapenda kufanya nini wakati wa
mapumziko. Kama una rafiki, wanatoka wapi, wanakaa wapi, wanapenda nini,
na kadhalika.

_____

_____

_____

_____

_____

_____

_____

_____

_____

_____

_____

_____

_____

_____

_____

_____

_____

_____

SOMO LA KUMI NA MBILI

A. Jibu maswali haya.

1. Nani anakulipia ada ya shule?

_____

2. Unafika shuleni saa ngapi kila siku?

_____

3. Nani anakupikia chamshakinywa?

_____

4. Wazazi wako wanakusaidia ada ya shule?

_____

5. Huko Tanzania wazazi wanawalipia watoto ada ya shule?

_____

B. Tafsiri kwa Kiingereza.

1. Mwalimu anatufundisha Kiswahili asubuhi saa tatu kamili.

_____

2. Huko Tanzania wanafunzi hawajilipii ada ya shule.

_____

3. Wanafunzi wengi wanajilipia ada ya shule. Wengine, serikali inawalipia ada yote ya shule.

_____

_____

4. Kama Garth ananipa dola elfu mbili nitamlipa mwezi Julai.

_____

5. Kama mwanafunzi hawezi kujifunza, mwalimu anamfundisha baada ya darasa   la Kiswahili.

_____

_____

71

somo la kumi na mbili

C. Tafsiri kwa Kiswahili.

1. My parents pay for my school fees.

_____

2. In Tanzania, the students do not pay their school fees. The government
   helps them by paying their school fees.

_____

_____

3. My mother buys me a book. I pay her money for the book.

_____

4. I cook for myself in the evening. I usually go home at about 6:30pm.

_____

5. I will come to America in 1995, in the month of October.

_____

D. Tafsiri kwa Kiingereza.

1. Ananisomea kitabu.

_____

2. Mama anawapikia watoto chakula.

_____

3. Ninamwamdika rafiki barua.

_____

4. Ananiambia jina la mwalimu.

_____

5. Nitamfundishia mwalimu somo la kumi na mbili.

_____

6. Mgeni atatutumbelea kesho.

_____

somo la kumi na mbili

E. Jibu maswali haya.

1. Je una motokaa? Nani anakununulia?

_____

2. Unajinunulia mahitaji ya shule?

_____

3. Nani anakulipia ada ya shule?

_____

4. Utampikia rafiki yako chakula gani?

_____

5. Kama utapata pesa unaweza kumnunulia rafiki nini?

_____

F. Andika kwa Kiswahili.

1. 9:25 p.m

_____

2. September 23, 1908

_____

3. 3682

_____

4. I will teach them on the twenty second of July, 1983 at 11:40.

_____

_____

5. Do your parents pay your school fees for you?

_____

6. Juma's father is a farmer. Therefore, he has only enough money to buy his children their needs.

_____

_____

somo la kumi na mbili

G. Tafsiri kwa Kiingereza.

   1. Wazazi wengi ni kama Baba Juma, hawana pesa.

    _____

   2. Hapana, sitakwenda shuleni kesho saa tano kasa robo.

    _____

   3. Kwa bahati nzuri atapata shilingi sabini na tano hivi.

    _____

   4. Katika mashamba, wanapanda mimea mbalimbali.

    _____

   5. Baada ya kufanya kazi atamlipa shilingi hamsini tu.

    _____

   6. Wanafunzi wengi hapa Marikani wanajitegemea kwa mahitaji yao.

    _____

    _____

H. Andika kwa Kiingereza.

   1. bustani _____   2. chai _____

   3. mchungwa _____   4. mkate _____

   5. nyanya _____   6. kujitegemea _____

   7. mimea _____   8. elfu _____

I. Andika kwa Kiswahili.

   1. Where do you come from?

    _____

   2. My mother has a tomato garden.

    _____

3. My father helps my mother to plant onions.

_____

4. I study Kiswahili (use **-jifunza**).

_____

5. I have about twenty dollars.

_____

6. It is half past two in the morning.

_____

7. Our teacher teaches us to speak, read and write in Kiswahili.

_____

8. The children will visit their mother tomorrow evening.

_____

SOMO LA KUMI NA TATU

A. Jibu maswali haya.

1. Jana jioni ulikuwa wapi?

_____

2. Leo asubuhi uliamka saa ngapi?

_____

3. Ulifanya kazi jana mchana?

_____

4. Ulifika shuleni saa ngapi leo asubuhi?

_____

B. Andika majibu ya maswali haya.

1. Wewe ni mwanafunzi wa shule gani?

_____

2. Ada yako ya shule ni dola ngapi?

_____

3. Jana ulikuwa na nafasi ya kusoma Kiswahili?

_____

4. Ulichelewa kuamka leo asubuhi?

_____

5. Ulijifunza masomo yako jana?

_____

6. Uliamka saa ngapi leo asubuhi?

_____

7. Ulifanya nini jana usiku?

_____

8. Nani anawafundisha ninyi Kiswahili?

_____

9. Nani aliwafundisha Kiswahili wiki jana?

_____

10. Kulikuwa na mvua jana?

_____

11. Kuna mtihani leo?

_____

C. Tafsiri kwa Kiswahili au Kiingereza.

1. Nilikuwa mgonjwa jana, lakini sasa mimi si mgonjwa.

_____

2. I will be here tomorrow, how about you?

_____

3. Sikuwa na nafasi ya kusoma Kiswahili jana kwa sababu nilikwenda sinema.

_____

_____

4. I was late to school the day before yesterday.

_____

5. Sikuzungumza na wanafunzi wa Kiswahili leo.

_____

6. Walifanya kazi jana.

_____

7. Nilikuwa na nafasi ya kusoma Kiswahili.

_____

8. Sikufika shule jana.

_____

9. Sitakuwa na nafasi ya kwenda sokoni jioni.

_____

somo la kumi na tatu

D. Andika kinyume cha sentensi hizi.
    Mfano: Nilisoma jana usiku.
                <u>Sikusoma jana usiku.</u>

    1. Hakuchelewa shule jana.
    _____

    2. Nilikula nyama wiki jana.
    _____

    3. Hakusoma Kiswahili.
    _____

    4. Mlikunywa pombe.
    _____

    5. Sikuwafundisha Kiswahili vizuri.
    _____

E. Jibu kwa kukanusha.

    1. Wasichana walienda mjini juzi?
    _____

    2. Ulikuwa darasani asubuhi?
    _____

    3. Utakula mboga jioni?
    _____

    4. Alikuwa maktabani jana?
    _____

    5. Ulijifunza Kifaransa katika chuo kikuu?
    _____

    6. Anakusaidia kufanya kazi yako?
    _____

    7. Ulikuwa hapa jana usiku?
    _____

8. Utakuwa na nafasi ya kujifunza leo?

_____

9. Kutakuwa na mtihani kesho?

_____

F. Badilisha sentensi hizi kwa kutumia wakati uliopita (past tense).

1. Ninasoma kitabu.

_____

2. Ninaenda nyumbani.

_____

3. Unapika ndizi.

_____

4. Wanacheza mpira.

_____

5. Tutakula mkate.

_____

6. Mtasafiri Kenya.

_____

7. Nina baisikeli.

_____

8. Mimi ni mgonjwa.

_____

9. Atakuwa mwalimu mzuri.

_____

10. Tutakuwa wagonjwa kesho.

_____

11. Ninakuja kwa miguu.

_____

somo la kumi na tatu

G. Sasa ziandike sentensi 1-12 kwa kukanusha (i.e those you changed into past).

1. _____

2. _____

3. _____

4. _____

5. _____

6. _____

7. _____

8. _____

9. _____

10. _____

11. _____

H. Jibu maswali haya.

1. Wazazi wako wanakusadia ada ya shule?

    _____

2. Unasoma masomo gani sasa?

    _____

3. Wanafunzi wengi wanajitegemea kwa mahitaji yao ya shule?

    _____

4. Ulifanya nini wakati wa likizo yako?

    _____

5. Ulikuwa wapi kabla ya kuja shuleni leo asubuhi?

    _____

6.   Uliamka saa ngapi leo asubuhi?

_____

7.   Ulichelewa shuleni jana?

_____

8.   Ulisoma shule gani mwaka jana?

_____

I.   Andika kwa kukanusha.

1.   Nina nafasi ya kusoma Kiswahili.

_____

2.   Nilikuwa na nafasi ya kusoma Kiswahili.

_____

3.   Mgeni alikuwa mgonjwa jana.

_____

4.   Nilikuwa na njaa sana jana mchana.

_____

5.   Nilimwona mama yangu jana.

_____

6.   Nitakuwa na nafasi ya kusoma baada ya darasa la Kiswahili.

_____

7.   Alinipikia ndizi na kuku.

_____

8.   Tulikumbuka kuandika zoezi la nyumbani.

_____

9.   Walikununulia nguo za shule.

_____

SOMO LA KUMI NA NNE

A. Jibu maswali haya.

1. Leo umeamka saa ngapi?

   _____

2. Wanafunzi wa Kiswahili wako wapi sasa?

   _____

3. Umekuja shuleni leo kwa njia gani?

   _____

4. Vitabu vyako viko wapi?

   _____

5. Kuna mvua leo?

   _____

B. Tasfiri kwa Kiingereza.

1. Pesa zangu zimo mfukoni.

   _____

2. Baba Juma anawauzia wafanyakazi chai.

   _____

3. Kuna masoko mengi Afrika ya Mashariki.

   _____

4. Kuna vitu mbalimbali madukani, kama nguo, vyombo vya nyumbani na
    mahitaji ya shule.

   _____

   _____

5. Sina motakaa leo kwa sababu imevunjika.

   _____

somo la kumi na nne

C. Tafsiri kwa Kiswahili.

1. Some people have cars but others have bicycles.

_____

2. If a person has no place to sell his small things, he can sell them on the road.

_____

_____

3. Workers in the shoe factory like to buy tea.

_____

4. I couldn't come to school because there was rain.

_____

5. What time did you eat breakfast this morning?

_____

D. Jaza nafasi.

1. Gari _____angu _____mevunjika.

2. Wanafunzi _____po darasani.

3. Nguo zi_____ chumbani.

4. Mama _____ko nyumbani.

5. Vitabu vi_____ hapa.

6. Ni_____fika kesho saa mbili asubuhi.

7. Wanafunzi wa_____fanya mtihani jana?

8. U_____taka kulala sasa au u_____taka kusoma kidogo?

9. Siwezi kwenda mjini kwa sababu ni_____ kazi za nyumbani.

10. Tu_____fanya mazoezi yote kesho jioni.

84

somo la kumi na nne

E.   Andika kwa wingi.

1.   Mtoto _____ 2.   kijana _____

3.   mmea _____ 4.   rafiki _____

5.   tunda _____ 6.   maziwa _____

7.   nyumba _____ 8.   radio _____

F.   Jaza nafasi hizi kwa kutumia **pa, ku, m(u)**.

1.   _____ na matunda hapa chumbani.

2.   _____ na watu wengi Tanzania.

3.   _____ na maji chupani.

4.   _____ na visu mezani.

5.   _____ na wanafunzi wachache darasani.

G.   Jaza nafasi hii.

1.   Jina _____ angu ni Asha.

2.   Nina dada _____ tatu.

3.   Baba _____ angu, jina _____ ake ni Marko.

4.   Tuna kitabu kimoja. Ni kitabu _____ angu.

5.   Shangazi _____ ake ni dada _____ baba _____ angu.

6.   Ninasoma somo _____ kwanza.

7.   Ninapenda zoezi _____ angu _____ nyumbani.

8.   Habari _____ ako?

9.   Chuo _____ Stanford ni chuo _____ angu, ninasoma hapa.

85

somo la kumi na nne

H. Andika kwa wingi.

    1. kitanda _____

    2. dada _____

    3. nanasi _____

    4. samaki _____

    5. mwalimu _____

    6. jicho _____

    7. mto _____

    8. tunda _____

    9. kijana _____

    10. mzee _____

I. Andika kwa umoja au wingi.

    1. Mgeni yuko wapi?

    _____

    2. Miti ilianguka.

    _____

    3. Wazee wangu wako nyumbani.

    _____

    4. Nyumba zinaanguka.

    _____

    5. Jina langu lina maneno matatu.

    _____

    6. Ana baisikeli ya gurudumu moja.

    _____

J. Jibu maswali haya.

    1. Una motokaa?

    _____

    2. Kitabu chako cha Kiswahili kiko wapi?

    _____

somo la kumi na nne

3. Motokaa yako ina magurudumu mangapi?

_____

4. Mkono wako una vidole vingapi?

_____

5. Mama yako yuko wapi? Je ana baisikeli?

_____

6. Pesa zako zimo benki?

_____

7. Rachel yupo hapa darasani.

_____

8. Mashati yako yako maktabani?

_____

9. Vitabu vyako vingine vimo mfukoni?

_____

10. Leo kuna mvua au kuna jua?

_____

K. Andika kwa wingi.

1. mtoto _____	2. mkulima _____
3. paka _____	4. simba _____
5. radio _____	6. tunda _____
7. mlima _____	8. nyumba _____
9. kidole _____	10. ukucha _____
11. Mhindi _____	12. ulimi _____
13. jicho _____	14. mguu _____

somo la kumi na nne

L.   Jaza nafasi hizi.

1.   Mama _____napika chakula.

2.   Kitabu _____na picha za watoto wa shule.

3.   Darasani _____na wanafunzi watano tu.

4.   Mwanafunzi _____ko nje anacheza.

5.   Tunda _____mo frijini.

6.   Mlima Kilimanjaro _____ko Afrika ya Mashariki.

7.   Milima Kilimanjaro na Kenya _____ko Afrika ya Mashariki.

8.   Samaki _____ko baharini.

9.   Mkono _____na vidole vitano na mguu _____na vidole vitano pia.

10. Baiskeli yangu _____ko nje na motokaa yangu _____ko nyumbani.

M.   Badilisha nomino kwa kutumia 'object marker'.
     Mfano: Nilinunua matunda. <u>Niliyanunua</u>

1.   Nilipenda macho yako   _____

2.   Niliita mtoto   _____

3.   Atakula matunda   _____

4.   Nilinunua nguo dukani   _____

5.   Watakula chakula hotelini   _____

6.   Anakunywa maji ya matunda   _____

7.   Aliona nyumba yangu   _____

8.   Tutakunywa pombe sana   _____

9.   Anatafuta ukuta wa picha   _____

    10. Tutakunywa maziwa ya chai   _____

    11. Alikata miti yote   _____

    12. Anatafuta kikombe cha chai   _____

N.   Jaza nafasi hizi.

    1. Mama _____natafuta chakula.

    2. Kitabu _____na picha za watoto wa shule.

    3. Vidole _____lipata kucha nzuri.

    4. Mwanafunzi _____tacheza nje.

    5. Jiko _____ake _____napikia chakula sasa.

    6. Mlima Everest _____ko wapi.

    7. Nili _____ona soko _____enye vibanda _____tano.

    8. Ali _____tafuta chumba _____enye vitanda viwili.

    9. Mkono _____na vidole vitano na mguu _____na vidole vitano pia.

    10. Baisikeli yangu _____ko nje na motokaa yangu _____ko nyumbani.

O.   Andika kwa Kiingereza.

    1. Tulikula wali.

    _____

    2. Ukuta ulianguka.

    _____

    3. Niliona barabara ya lami.

    _____

    4. Anatafuta masoko yenye vifaa vya nyumbani.

    _____

5. Matunda yalianguka kutoka mtini.

_____

6. Matunda ya mipapai ni mapapai.

_____

7. Nilizinunua ndizi zote.

_____

P.   Jibu kwa Kiswahili maswali haya.

1. Kesho utakuwa na ndizi ngapi?

_____

2. Unataka machungwa mangapi?

_____

3. Unataka watoto wangapi?

_____

4. Anataka vikapu vingapi?

_____

5. Wanahitaji mifuko mingapi?

_____

6. Nani anataka mchele?

_____

7. Leo utakuwa na rafiki wangapi?

_____

8. Kesho utakuwa na mboga vikapu vingapi?

_____

9. Unahitaji mananasi mangapi?

_____

10. Utanunua vitabu vingapi leo?

_____

SOMO LA KUMI NA TANO

A. Tafsiri kwa Kiingereza.

1. Tracy alikuwapo katika pati Jumamosi? La, hakuwapo. Atakuwapo katika pati nyingine tarehe 26 mwezi kesho.

_____

_____

_____

2. Watu wengi wanapenda kunywa kahawa asubuhi na usiku.

_____

_____

3. Leo asubuhi baba Juma amechelewa kwenda kuuza chai kwa sababu hakuwa na vitu vya kutengenezea chai.

_____

_____

4. Kama unataka kutengeneza chai, kwanza utanunua majani ya chai, maziwa na sukari. Siku hizi vitu hivi ni ghali sana.

_____

_____

5. Bei ya chai ya maziwa katika migahawa mingi ni shilingi tano na chai kavu ni shilingi tatu kwa kila kikombe.

_____

_____

B. Tafsiri kwa Kiswahili.

1. My mother has cooked the evening meal.

_____

2. He has read the books in his house.

_____

91

3. Your car is lost.

_____

4. Did you see them at their school?

_____

5. They are playing at their home town.

_____

6. Have you seen their house?

_____

7. You have read all the books in the library.

_____

8. I want the chicken and rice.

_____

9. Where is my radio? It is in your room.

_____

10. Where is the teacher? He has gone to his office.

_____

11. Have you done your homework? No, I haven't done it, but I have read about markets in East Africa.

_____

_____

C. Jibu maswali.

1. Umechelewa darasani leo?

_____

2. Umetembelea Kenya siku za karibuni?

_____

3. Mwalimu wa Kiswahili amelala sasa?

_____

    4.   Umetembelea sehemu ngapi hapa Marikani?

_____

    5.   Wazazi wako wametembelea wanyama Afrika ya Mashariki?

_____

D.   Andika kwa kukanusha.

    1.   Amepumzika chumbani.

_____

    2.   Tumepika wali na kuku.

_____

    3.   Walifika shuleni mapema leo.

_____

    4.   Mtakunywa chai na mtakula mkate.

_____

    5.   Tumechoka sana leo.

_____

    6.   Wamewaona sokoni.

_____

    7.   Tunasimama na tunakaa.

_____

E.   Andika kwa Kiswahili.

    1.   The student's book is on the table.

_____

    2.   Rachel was not in class yesterday.

_____

    3.   Today is Friday.

_____

4. We were there.

_____

5. Saturday is the first day of the week.

_____

6. Baba Juma makes tea with milk and sugar and tea without milk but with sugar.

_____

_____

7. A mixture of water, tea leaves, milk and sugar is boiled together.

_____

_____

8. Baba Juma will sell his tea with milk for 5 shillings and the dry tea for 3 shillings.

_____

_____

9. The tea was in the bottle and the sugar is in the bowl.

_____

10. Where is Baba Juma's cart? It is near the shoe factory.

_____

_____

SOMO LA KUMI NA SITA

A. Jaza nafasi kwa kutumia sifa katika alama za ( ), halafu andika kwa wingi.

1. mtoto   (zuri)   1. _____

2. kitabu   (kubwa)   2. _____

3. nyumba   (baya)   3. _____

4. ukuta   (dogo)   4. _____

5. mmea   (bovu)   5. _____

6. kalamu   (dogo)   6. _____

7. mti   (refu)   7. _____

8. tunda   (bivu)   8. _____

9. kitabu   (moja)   9. _____(wili)

10. Ukuta   (pana)   10. _____

B. Tafsiri kwa Kiingereza.

1. Baba Juma anauza chai ya rangi na chai ya maziwa.

    _____

2. Alikwenda kununua majani ya chai, maziwa na sukari.

    _____

3. Watu wa pwani wanapenda kupika chakula chao kwa kutumia nazi.

    _____

4. Waafrika wengi ni wakulima, wanajitegemea kwa chakula chao.

    _____

5. Kiswahili ni lugha ya watu wa Afrika ya Mashariki.

    _____

6. Sisi tumo darasani.

    _____

95

somo la kumi na sita

C. Jaza nafasi hizi.

1. mtoto ____zuri   2. kiti ____kubwa

3. nyumba ____bovu   4. meza ____pana

5. tunda ____bichi   6. mayai ____chache

7. nyama ____nono   8. mtu ____nene

9. kaka ____baya   10. hapa ____zuri

D. Jaza nafasi kama ni lazima.

1. Mtoto ____angu ____li____pikia mimi chakula ____zuri sana.

2. Rafiki ____ake watafika na ku____letea Rashida pesa.

3. Kitabu ____ako ____menunuliwa na mgeni ____refu.

4. Chakula ____ingi ____mepikiwa mtoto ____angu ____dogo.

5. Meza za mbao ____tapelekwa nyumbani.

6. Ndizi ____etu ni ____baya, ____mepikwa na mgeni.

7. Tunda ____kubwa nita____pa mtoto ____refu.

8. Jina ____angu ____liandikwa ubaoni.

9. Miji ____kubwa hapa Marikani ____na hewa ____chafu sana.

10. Mlima Kilimanjaro ni ____kubwa sana, ____na theluji pia.

11. Ukuta ____ao ____refu ____mevunjika.

12. Mbao zetu ____liletwa na motokaa ____bovu.

13. Darasani ____na wanafunzi ____zuri leo.

14. Kule sokoni ____likuwa na matunda ____bichi.

somo la kumi na sita

E. Jaza nafasi hizi.

1. Mkulima _____ nalima shamba.

2. Watoto _____ zuri _____ nacheka.

3. Mimi ni _____ baya sana lakini _____ napenda watoto.

4. Kiti _____ angu _____ mevunjika. Nani _____ me _____ vunja.

5. Miti _____ ingine ni _____ bovu, lakini miti ya baba ni _____ zuri sana.

6. Nyumba _____ ake ni _____ eusi na _____ etu ni _____ bovu.

F. Andika sentensi hizi kwa kutumia mofimu **-w-** (**passive**).

1. Mama anapika chakula.

_____

2. Wanafunzi walikula chakula chote.

_____

3. Sisi tulitengeneza motokaa ya Marion.

_____

4. Babu alikunywa pombe yote.

_____

5. Adija na Aisha watapika chakula cha watoto.

_____

6. Max alikunywa maji ya machungwa.

_____

7. Alipeleka barua Tanzania.

_____

8. Kiwanda kilitengeneza viatu.

_____

9. Rafiki yangu alinitembelea jana.

_____

somo la kumi na sita

10. Mwalimu Moshi anawafundisha wanafunzi wa Kiswahili.

_____

11. Kim anasoma kitabu cha Kiswahili.

_____

12. Wageni walikula mananasi na maembe.

_____

G. Andika sentensi hizi kwa kutumia mofimu -w- .

1. Abouj alimpigia Mohamud simu.

_____

2. Keith anamwandikia Edwadi zoezi la nyumbani.

_____

3. Mwalimu atawanunulia wanafunzi vitabu vya Kiswahili.

_____

4. Wanafunzi wa Kiswahili walimfanyia mwalimu pati.

_____

5. Busi anamtengenezea baba chai.

_____

H. Andika sentensi hizi bila kutumia mofimu -w-.
   Mfano: Ngoma ilichez_wa_ na wanafunzi wote.
            Wanafunzi walicheza ngoma.

1. Mtoto alipig_wa_ na mama yake.

_____

2. Wanafunzi wa Kiswahili walitembele_wa_ na Mwalimu Tom jana.

_____

3. Zoezi la nyumbani lilisom_wa_ na mwalimu.

_____

4. Gari la mwalimu lilitengenezwa na Wajapani.

_____

5. Chai ilichemshwa na baba Juma.

_____

6. Chakula kililiwa na watoto wote.

_____

7. Maji yalinywiwa na wasafiri wote.

_____

8. Pombe itanywiwa na wazee.

_____

9. Tunda lililiwa na mtoto mdogo.

_____

10. Maembe yataliwa na wageni kutoka Marikani.

_____

I. Andika insha fupi kuhusu utamaduni fulani katika jumuia yako. Jaribu
    kutumia msamiati wa masomo 1-16 na pia Kiswahili rahisi. Usitumie kamusi.

_____

_____

_____

_____

_____

_____

_____

_____

MARUDIO 3

A. Jibu maswali haya.

1. Sasa ni saa ngapi?

_____

2. Kwa kawaida unafika shuleni saa ngapi?

_____

3. Umekula chamshakinywa leo?

_____

4. Umemwona mwalimu wako wa Kiswahili leo?

_____

5. Wanafunzi wote wako darasani leo?

_____

6. Mwalimu wako wa Kiswahili yuko wapi?

_____

7. Nani anakulipia ada ya shule?

_____

B. Andika sentensi hizi kwa kukanusha.

1. Kitabu kiko nyumbani.

_____

2. Nina nafasi ya kusoma zaidi.

_____

3. Walichelewa darasani jana.

_____

4. Ulikula chamshakinywa na chakula cha mchana mapema.

_____

5. Mama yupo nyumbani na anawapikia watoto chakula.

_____

marudio 3

C. Jaza nafasi.

1. Juma na Salima _____ nasoma Kiswahili.

2. Andrea _____ko wapi sasa?

3. Mtihani wa Kiswahili _____takuwa leo mchana.

4. Duka _____ko wapi?

5. Mfuko wako _____mepotea.

6. Saa _____meharibika. Si_____itengeneza bado.

7. Ndizi ni chakula _____ Wachaga.

8. Nyumba _____tu _____nakaa karibu na barabara kuu ya Lincon.

9. Dada _____ko _____ko wapi sasa?

D. Jibu kwa kutumia mofimu **-w-** (**passive**).

1. Watu wa Afrika ya Mashariki wanasema Kiswahili.

_____

2. Wazazi wangu wanalipa ada ya shule.

_____

3. Sisi tunapika chakula cha jioni kila siku.

_____

4. Mark atampeleka rafiki yake mjini.

_____

5. Mwalimu wa Kiswahili anawapenda wanafunzi wa Kiswahili.

_____

6. Watoto walikula chakula cha mchana.

_____

7. Tutainywa chai kabla ya kwenda darasani.

_____

8.   Ng'ombe alikula mimea shambani.

_____

9.   Wachezaji walikunywa maji ya matunda.

_____

10.   Wageni watakula wali na watoto watakula nyama.

_____

E.   Tafsiri kwa Kiingereza.

Jumatatu niliamka saa kumi na mbili asubuhi. Nilikuwa nimechelewa. Nilitaka kwenda chuoni Stanford saa moja kamili. Nilisema, "Si kitu, ninaweza kula chamshakinywa huko Stanford." Lakini ninajua kwamba chakula kizuri ni chakula cha nyumbani. Niliondoka nyumbani na nilifika Stanford saa moja kasa robo. Ilikuwa siku nzuri sana kwa sababu kulikuwa hakuna mvua. Kulikuwa na jua zuri sana. Baada ya kufanya kazi nyingi katika ofisi yangu nilikwenda darasani kuwafundisha wanafunzi kusema na kusoma kwa Kiswahili. Wanafunzi wangu wanapenda kusoma Kiswahili. Lakini waliniambia kwamba hawapendi mtihani. Mimi niliwaambia, poleni sana, ni sheria ya Chuo Kikuu.

_____

_____

_____

_____

_____

_____

_____

_____

_____

_____

_____

_____

_____

_____

F. Jibu maswali haya.

1. Sasa ni saa ngapi?

_____

2. Kwa kawaida unafika shuleni saa ngapi?

_____

3. Umekula chamshakinywa leo?

_____

4. Wanafunzi wote wapo darasani leo?

_____

5. Nani atakulipia ada ya shule mhula ujao/wa kesho?

_____

G. Tafsiri kwa Kiingereza.

1. Rafiki yangu ni mwanafunzi wa Chuo Kikuu cha California, Los Angeles. Yeye anajitegemea kwa kujilipia ada ya shule kwa sababu serikali haiwezi kumlipia ada ya shule. Pia wazazi wake hawawezi kumsaidia. Anafanya kazi na kupata fedha za kutosha kwa mahitaji yake ya nyumbani na shuleni.

_____

_____

_____

_____

_____

_____

_____

_____

2. Mwalimu Tenji ana kazi ya kufundisha katika Chuo Kikuu cha California, Los Angeles. Yeye si tajiri, hana pesa za kutosha za kununua motokaa kama Rolls-Royce au Benzi. Pesa zake zinamtosha kununulia mahitaji ya familia yake tu. Familia yake inajitegemea kwa kulima shamba ndogo karibu na nyumba yao. Wanalima mboga, matunda, nyanya na vitunguu.

_____

_____

_____

_____

_____

_____

_____

_____

H. Soma na baadaye jibu maswali.

Wanafunzi wa darasa la Kiswahili watakuwa na pati tarehe 23, Februari. Pati itaanza saa kumi na mbili jioni na itaendelea mpaka usiku wa manane. Pati itakuwa nyumbani kwa Don. Yeye ni mwanafunzi wa darasa la Kiswahili pia. Wanafunzi watajinunulia mahitaji yao ya pati, kama chakula, pombe, maji ya matunda na kadhalika na kadhalika. Katika pati wanafunzi hawatazungumza kwa Kiingereza. Watazungumza kwa Kiswahili kwa sababu wanajua Kiswahili vizuri sana sasa.

marudio 3

Maswali:

1. Wanafunzi watafanya nini tarehe 23 mwezi wa Februari?

_____

2. Pati ya Kiswahili itakuwa wapi?

_____

3. Pati itakuwa tangu saa ngapi mpaka saa ngapi?

_____

4. Nani atanunua mahitaji ya pati?

_____

5. Watanunua nini?

_____

6. Wanafunzi watazungumza lugha gani?

_____

7. Kwa nini wanafunzi watazungumza Kiswahili tu wakati wa pati?

_____

I. Andika sentensi tofauti kwa kila moja katika jozi (pair) hizi kuonyesha tofauti zake.

1. nunua/nunulia;   2. soma/somea;   3. pika/pikia:

1a. _____

1b. _____

2a. _____

2b. _____

3a. _____

3b. _____

marudio 3

J. Jaza nafasi kwa kutumia "subject/object prefix."

1. Jeni na Maria _____ nasoma Kiswahili.

2. Mtihani _____ takuwa kesho asubuhi.

3. Nina_____ fahamu wazazi wa mwalimu.

4. Nina_____ lipia ada ya shule.

5. Duka _____ ko wapi?

6. Saa _____ angu ni mbovu.

7. Nyumba _____ tavunjika.

8. Tuta_____ fundisheni Kiswahili.

9. Ali_____ nunua kitabu cha Kiswahili.

10. Maria _____ li_____ pa mwalimu zoezi la nyumbani.

K. Andika kwa Kiswahili na kwa kutumia maneno.

1. 1:30 p.m.

_____

2. Feb. 14, 1985

_____

3. Monday

_____

4. $ 50.-

_____

5. 7:45 a.m.

_____

marudio 3

L. Tumia 'subject prefix'.

1. Vijana _____nacheza mpira wa miguu.

2. Tom _____ko wapi?

3. Mtihani _____takuwa kesho asubuhi.

4. Maduka _____ko wapi?

5. Soko _____ko wapi?

6. Mgomba _____ko wapi?

7. Saa _____meharibika.

8. Vitunguu _____mepotea.

9. Migomba _____ko wapi?

10. Ndizi _____mepotea.

M. Andika kwa Kiswahili.

1. Thursday

_____

2. Sept. 20, 1985

_____

3. $ 250.-

_____

4. Friday

_____

5. 1st day of the week

_____

6. 1008

_____

7. What time will you get there?

_____

8. They are not helping them.

_____

9. I didn't have a chance/opportunity to see my parents.

_____

10. I have not seen my friend yet.

_____

N. Andika kwa kutumia mofimu -w-.
(**note:** these exercises have the applied suffix;
you can only passivize the object of the applied suffix)

Mfano: Mama alimnunulia **mtoto** matunda.
Mtoto alinunuliwa matunda.

1. Wazee waliwapikia wageni chakula.

_____

2. Richard aliwapigia wazazi simu jana jioni.

_____

3. Max atampelekea rafiki barua kesho.

_____

4. Nitawasaidia watoto zoezi la nyumbani.

_____

5. Wanafunzi walimletea mwalimu zoezi la nyumbani.

_____

6. Atawasomea wanafunzi zoezi la kusoma.

_____

7. Baba Juma atawauzia wafanyakazi chai ya maziwa na chai ya rangi.

_____

SOMO LA KUMI NA SABA

A.   Tafsiri kwa Kiswahili.

1.   My friend has already gone home.

_____

2.   Your books are lost.

_____

3.   Did you see her in her room?

_____

4.   They are at their school.

_____

5.   Will you buy the books?

_____

6.   Have you seen my shoes? No, I have not seen them yet.

_____

_____

7.   Where is your money? It is in my pocket.

_____

8.   Have you cooked the fish. No, I haven't cooked the fish, but I have already cooked the rice.

_____

_____

B.   Jibu maswali haya.

1.   Umeshampigia mama yako simu?

_____

2.   Umeshakula chamshakinywa leo?

_____

111

3. Wanafunzi wa Kiswahili wameshatembelea Afrika ya Mashariki?

_____

4. Umeshapika pitsa?

_____

5. Wazazi wako wameshakutembelea?

_____

C. Jaza nafasi hizi.

1. Wanafunzi _____nasoma kila siku.

2. Kiti _____linunuliwa na mama.

3. Juma _____ta_____safishia rafiki yake chumba chake.

4. Watoto wali_____pika ndizi kwa chakula cha jioni.

5. Serikali _____na_____lipia wanafunzi wengi ada ya shule.

D. Tafsiri kwa Kiingereza au kwa Kiswahili.

1. Nilipikiwa chamshakinywa na mama yangu.

_____

2. I saw the book in the classroom. The teacher read it in class.

_____

3. I already ate breakfast. My mother made it for me.

_____

4. Nimeshasoma somo la kumi na saba, lakini sijalisoma somo la kumi na nane bado.

_____

_____

5. Where is the book? I haven't seen it yet. I think the teacher gave it to Mark.

_____

6. Did you see her in her room?

_____

7. I see you have already written your homework.

_____

8. I want it (the food) now.

_____

E. Jibu maswali haya.

1. Saa yako iko wapi?

_____

2. Kuna mifuko mingapi mezani?

_____

3. Mfuko wako uko mezani?

_____

4. Viatu vyako vilitengenezwa wapi?

_____

F. Jaza nafasi hizi. G. Fanya kuwa wingi.

1. Mtoto _____zuri. 1. _____

2. Kitabu _____kubwa. 2. _____

3. Nyumba _____angu. 3. _____

4. Mmea _____bovu. 5. _____

H. Jibu maswali haya kwa kukanusha.

1. Umempa mwalimu zoezi lako?

_____

2. Umeshakula chamshakinywa?

_____

113

3. Umeshayaona matunda yote?

_____

4. Mwalimu ni mgonjwa?

_____

5. Baba yako ni mwalimu?

_____

I. Tafsiri kwa Kiingereza.

Wanafunzi wa darasa la Kiswahili wataenda pikiniki wiki ijayo. Wanataka kununua kuku, mikate, matunda, soda, bia na vyakula vingine mbali mbali. Mwalimu wao anasema kwamba, itakuwa vizuri kama watakuwa na nyama ya mbuzi na samaki pia. Katika pikiniki wanafunzi watawasha moto, na watachoma nyama. Waamerika wanapenda sana pikiniki na wanapenda kuchoma nyama katika pikiniki. Baada ya kuchoma nyama wanafunzi pamoja na mwalimu wao na rafiki zao watakula. Baadaye watacheza michezo mbalimbali na kuimba nyimbo za Kiswahili na Kiingereza. Tunafikiri itakuwa siku nzuri sana na wote tutafurahi.

_____

_____

_____

_____

_____

_____

_____

_____

_____

114

SOMO LA KUMI NA NANE

A. Jibu maswali haya.

1. Utakwenda wapi mwisho wa mhula?

_____

2. Hali ya hewa leo ni nzuri au mbaya?

_____

3. Kuna miji mikubwa mingapi hapa Marikani?

_____

4. Taja mji mmoja wa Tanzania.

_____

5. Kuna wanafunzi wangapi humu darasani?

_____

6. Ulifanya nini wakati wa likizo?

_____

7. Mji mkuu wa Marikani ni mji gani?

_____

8. Kiswahili chasemwa katika nchi gani?

_____

9. Kuna wanafunzi wangapi katika darasa lako la Kiswahili?

_____

B. Tafsiri kwa Kiingereza.

1. Sikukuu ya Uhuru wa Kenya.

_____

2. Nchi zote za Afrika ya Mashariki.

_____

3. Wanasiasa wa sehemu mbalimbali.

_____

4. Matunda yahesabiwa na wanafunzi.

_____

5. Kiswahili chasemwa na watu wengi huko Tanzania kama lugha ya kwanza.

_____

_____

C. Jaza nafasi hizi.

1. Kuna viti _____kubwa kule.

2. Kuna mimea _____ngapi humu?

3. Utamaduni _____ingine.

4. Mkate _____angu ni _____tamu zaidi.

5. Nyumba ya babu na nyanya ni _____(refu) sana.

6. Uhuru _____zuri si uhuru wa bendera.

7. Matunda _____bovu huwezi kuyala kwa sababu utakuwa mgonjwa.

8. Masomo _____ake _____engi ni ya usiku.

9. Ukuta ni ___refu na ___pana lakini dirisha ni ____fupi na ___embamba.

10. Wazazi _____vivu hawawafundishi watoto wao tabia _____zuri.

D. Tafsiri kwa Kiingereza.

1. Kiswahili chasemwa na watu wengi sana huko Afrika ya Mashariki.

_____

2. Kiswahili ni lugha ya saba katika lugha za ulimwenguni.

_____

116

3. Waswahili wengine wanaishi Somalia, Msumbiji, Mashariki ya Zaire, sehemu za Malawi na kaskazini ya Zambia.

_____

_____

4. Neno "Kiswahili" linatokana na Kiarabu Saahel - maana yake ni 'pwani'.

_____

_____

5. 'Ki-' katika neno "Kiswahili" maana yake ni **'lugha ya'.**

_____

6. Watu wengi huko Afrika ya Mashariki wanasema Kiswahili na lugha nyingine.

_____

7. Watu wa Ulaya wanasema lugha moja? Hapana. Wengi wanasema Kiingereza lakini wengi wanaweza kusema Kifaranza, Kijerumani, Kiitaliano, Kiswisi, na kadhalika na kadhalika.

_____

_____

_____

E. Tafsiri kwa Kiswahili.

1. How many students are there in the classroom?

_____

2. Usually the weather in Los Angeles is bad, but in San Francisco it is very good.

_____

_____

3. The University of California, Los Angeles has tall and short buildings.

_____

4. His house is very small.

_____

5. Many people came to celebrate Tanzania's independence.

_____

F. Jaza nafasi kama ni lazima.

1. Ndizi _____ingine _____tatu.

2. Wanafunzi _____chache.

3. Miti _____refu.

4. Matunda _____bovu.

5. Chakula _____ingi.

6. Marafiki _____wili.

7. Viatu _____kumi.

8. Tunda _____bovu.

9. Ukuta _____refu.

10. Milima _____kubwa.

SOMO LA KUMI NA TISA

A. Jaza nafasi hizi.

1. H_____ ni kitabu changu.

2. H_____ ni wanafunzi wa Kiswahili.

3. Miti mizuri ni h_____.

4. Nyumba h_____ mbili ni za wafanyakazi wa kiwanda.

5. Kitabu h_____ ni _____angu.

6. Mwanafunzi h_____ ana adabu mbaya.

7. Shamba h_____ lina mahindi na ndizi.

8. Nyumba h_____ ina panya wengi lakini hakuna paka.

9. Mlima h_____ una theluji nyingi.

B. Kila siku hufanya nini?

1. _____

_____

2. _____

_____

3. _____

_____

C. Tumia -pi katika nafasi hizi.

1. Alimwona mwalimu _____?

2. Kitabu _____ ni chake?

119

somo la kumi na tisa

3. Atakula matunda _____ ?

4. Alienda nchi _____ ?

5. Mlima _____ ni mrefu sana.

6. Watoto _____ walifundishwa hesabu?

7. Aliuza nyumba _____ ?

8. Aliweka picha juu ya ukuta _____ ?

D. Tafsiri kwa Kiingereza.

1. Nani hupenda kusikiliza hadithi?

_____

2. Utoaji wa hadithi ulikuwa njia ya kuwafundisha watoto desturi na adabu njema.

_____

_____

3. Watoto hutolewa hadithi na babu au nyanya zao.

_____

4. Kwa kawaida kila kabila lina hadithi zake.

_____

E. Jaza nafasi hizi.

1. Wanafunzi _____wa _____napenda kusoma Kiswahili kila siku.

2. Kitabu h_____ ni _____angu.

3. Miti h_____ si mizuri kwa sababu ni migumu.

4. Shati h_____ ni _____ake.

5. Mfuko h_____ ni wa Susan, si wa Richard.

somo la kumi na tisa

F. Jibu maswali haya.

1. Wewe huamka saa ngapi kila siku?

_____

2. Kitabu cha Kiswahili ni chako au ni cha maktaba ya chuo?

_____

3. Wanafunzi wengi hufanya nini baada ya shule?

_____

4. Wewe unafika shuleni kila siku?

_____

5. Wazee wako hupenda kufanya nini jumapili?

_____

6. Wazazi wako hufanya nini wakati wa likizo?

_____

7. Kiti hiki ni cha nani?

_____

8. Watu wengi hapa Marikani hufanya nini siku za jumapili?

_____

G. Jaza nafasi kwa kutumia kionyesho cha **h_____**.

Mfano: mtoto h_____   =   mtoto huyu
   nyumba h____   =   nyumba hii

1. Mtu h_____   ni mwalimu wa Kiswahili.

2. H_____   ni watoto wa Peter.

3. H_____   ni Juma na John.

4. Mtu h_____   ni Mkenya.

5. Kahawa h_____   ni nzuri sana.

6. Basi h_____   litakwenda Mombasa halafu Tanga.

121

7. Meza h_____ ni ya nani?

8. Nyumba h_____ ni ya nani?

9. Umenunua wapi sigara h_____?

10. Machungwa h_____ bei gani?

11. Je, nanasi h_____ ni tamu?

12. Mayai h_____ yako jikoni.

13. Ameleta vikombe h_____?

14. Umesikia wimbo h_____?

15. Wanakaa mji h_____?

16. Kitabu h_____ ni kizuri sana.

17. Wanataka viti h_____.

18. Sipendi chakula h_____.

19. Tutakula mikate h_____ leo jioni.

20. Eva, tafadhali mnunulie Maria mifuko h_____ hapa.

H. Jaza nafasi kwa kutumia vionyesho huyu au hawa.

1. _____ ni mwanamke mrefu.

2. _____ ni wazee wageni.

3. _____ ni simba mkali.

4. _____ ni watu wazuri.

5. Daktari _____ anatoka Mwanza.

6. Wanafunzi _____ wanasoma nini?

somo la kumi na tisa

I. Tafsiri kwa Kiingereza.

1. Babu na nyanya huwatolea watoto hadithi na watoto husikiliza vizuri.

   _____

   _____

2. Hadithi hizo huwafundisha watoto historia na desturi za kabila lao.

   _____

   _____

3. Pia hadithi hizi huwafundisha adabu njema, maana ya maisha, uzuri au ubaya wa maisha, akili na ujinga, na hata mapenzi na chuki.

   _____

   _____

   _____

4. Hadithi kwa kawaida huanza na maneno haya: "Hapo kale palikuwa na..." au "Hapo kale paliondokea..."

   _____

   _____

5. Utoaji wa hadithi ulikuwa ni njia ya zamani ya kuwafundisha watoto.

   _____

   _____

J. Andika maneno haya kwa Kiingereza.

1. zima _____   2. adabu _____

3. maktaba _____ 4. chuki _____

5. kimya _____   6. nyanya _____

7. -sikiliza _____ 8. ujinga _____

9. usingizi _____

123

somo la kumi na tisa

K. Chagua maneno matano (5) kutoka sehemu D na andika sentensi.

1. _____

    _____

2. _____

    _____

3. _____

    _____

4. _____

    _____

5. _____

    _____

L. Tumia **-pi** katika nafasi hizi.

1. Alimwona mwalimu _____?

2. Kitabu _____ ni chake?

3. Atakula matunda _____?

4. Alienda nchi _____?

5. Mlima _____ ni mrefu sana?

6. Watoto _____ walifundisha hesabu?

7. Aliuza nyumba _____?

8. Aliweka picha juu ya ukuta _____?

9. Kucheza _____ kunawafurahisha watoto hawa?

SOMO LA ISHIRINI

A. Tafsiri kwa Kiswahili.

1. Usually grandpa and grandma tell the children stories and the children listen   quietly.

   _____

   _____

2. Grandma told the children about the tortoise and the rabbit/hare.

   _____

   _____

3. Such stories teach the children about their history, culture, good and bad manners, good and bad aspects of life. (**note:** use the prefix **u-** for "good and bad aspects of life", "intelligence and stupidity", "love and hatre.")

   _____

   _____

4. Bakari told Natasha that he wanted to compete with her. She laughed at him.

   _____

   _____

5. The rabbit slept and the tortoise walked slowly to the finish line. Then the rabbit woke up suddenly and raced to the finish line.

   _____

   _____

B. Andika sentensi moja kwa kutumia **ni lazima** na sentensi moja kwa kutumia **ili**.

1. _____

   _____

2. _____

   _____

125

C. Kamilisha sentensi hizi.

1. Mwalimu alimwambia Yohani ni lazima _____ (cheka).

2. Mama alimwambia mtoto _____ (kula).

3. Ni lazima wa_____ (soma) leo jioni.

4. Ni sharti u_____ (enda) kumwona daktari tena.

5. Ni lazima tu_____ (ondoka) sasa.

6. Si lazima m_____ (tembelea) New York mwaka huu.

7. Sharti wazazi wa_____ (fundisha) watoto adabu njema.

8. Si sharti a_____ (kula) mara tatu kwa siku.

9. Ni lazima u_____ (fanya) nini kila siku asubuhi?

10. Si sharti wa_____ (pika) leo usiku.

D. Jibu maswali haya.

1. Jana saa sita ulikuwa wapi?

    _____

2. Kama wewe ni mgonjwa, ni lazima kufanya nini?

    _____

    _____

3. Kama unataka kushinda mtihani utafanya nini?

    _____

    _____

4. Kama wewe ni mgonjwa ni lazima ufanye nini?

    _____

5. Kama mtu hana pesa za kutosha kununua nyumba anaweza kufanya nini?

    _____

somo la ishirini

E.   Tafsiri wa Kiingereza.

1.   Kwa kawaida nyanya yetu hututolea hadithi.

_____

2.   Hapo zamani za kale paliondokea sungura na kobe.

_____

3.   Kobe alimwambia sungura anataka kushindana na yeye.   Hapo Sungura
     akamcheka kobe halafu akaondoka kwenda nyumbani kwake.

_____

_____

4.   Baada ya muda mrefu sana sungura akaamka kwa ghafula.

_____

5.   Basi hadithi ikaishia hapo.

_____

6.   Mwalimu aliwaambia wanafunzi, "Someni sasa."

_____

7.   Ni lazima umwone daktari leo.

_____

F.   Zoezi la kutumia **-ka-**:   Andika insha fupi kueleza ulifanya nini tangu kuamka
                                   jana asubuhi mpaka kulala.

_____

_____

_____

_____

_____

_____

127

somo la ishirini

_____

_____

_____

_____

_____

_____

_____

_____

_____

_____

_____

_____

_____

_____

_____

_____

MARUDIO 4

A. Soma halafu jibu maswali.

Siku moja Juma alikwenda sokoni kununua paka. Aliona paka wengi lakini alimpenda paka mmoja tu kwa sababu paka alikuwa mzuri sana. Paka alikuwa mwerevu pia. Aliweza kuruka juu ya miti na kukimbia upesi sana. Baada ya kumchagua paka, Juma alimwambia mwuzaji kwamba anataka kumpeleka paka nyumbani na kuona kama anaweza kukimbiza panya katika nyumba yake. Nyumba yake ilikuwa na panya wengi sana. Panya hawa walikula mazao yake na nguo zake pia. Basi, Mwuzaji alimruhusu kumchukua paka nyumbani na kulipa pesa baadaye kama atapenda paka akae nyumbani kwake. Kabla ya kuondoka sokoni, Juma alifikiri na alisema, "Kwanza nitamjaribu paka huyu hapa." Juma alitaka kuona kama paka anampenda au anawapenda paka wenzake zaidi. Juma alimchukua paka na kumweka kiwanjani katikati. Paka alimtazama Juma mara mbili na aligeuka na kuwarudia paka wengine. Paka wote walisimama kwa miguu miwili na kusema pamoja, "miau, miau, miau". Juma alirudi kwa mwuzaji na kumwambia, "Simtaki paka huyu. Yeye hanipendi na kama nitamchukua nyumbani kwangu atakuwa mvivu sana kwa sababu hataki kufanya kazi nyumbani kwangu." Mwuzaji alisema, "Haya, ndugu, si kitu. Unaweza kuwaua panya wako wewe mwenyewe."

Maswali:

1. Juma alitaka kununua nini sokoni? Kwa nini?

_____

_____

2. Juma alichagua paka gani?

_____

3. Alimwambia nini mwuzaji?

_____

4. Baada ya mwuzaji kukubali, Juma alifanya nini? Kwa nini?

_____

5. Paka alifanya nini?

_____

6. Na paka wengine walifanya nini?

_____

7. Juma alimwambia nini mwuzaji baada ya paka wote kusema "miau, miau"?

   _____

8. Mwuzaji alimjibu nini?

   _____

9. Hadithi hii inatufundisha nini katika maisha ya watu wa kawaida?

   _____

   _____

B. Jaza nafasi hizi.

   1. Wanafunzi _____ote _____po hapa leo.

   2. Wanafunzi watanunua vitabu _____ingi.

   3. Sina pesa _____ingi za kununua matunda _____zuri.

   4. Mashati _____angu _____metengenezwa hapa Marikani.

   5. Waarabu _____li_____tawala visiwa _____ Unguja na Pemba.

   6. Radio _____angu _____eusi _____mepotea.

   7. Watoto _____etu ni wazuri lakini watoto _____ao ni _____baya.

   8. Walikuwa_____ hapa jana lakini hawatakuwa_____ wiki kesho.

   9. Nyumba _____ingi hapa ni _____zee sana lakini ni _____zuri bado.

C. Jibu maswali haya.

   1. Huko Tanzania watu wengi wanasema lugha gani?

   _____

   2. Hali ya hewa leo ni nzuri au mbaya?

   _____

   3. Utaenda wapi wakati wa likizo?

   _____

4. Unasoma Kiswahili saa ngapi kila siku?

___

5. Kuna wanafunzi wangapi darasani leo?

___

6. Uko wapi sasa?

___

7. Mwalimu wa Kiswahili atakwenda wapi Jumanne?

___

8. Jana kulikuwa na mvua?

___

9. Umeshakula chamshakinywa leo asubuhi?

___

D. Tafsiri kwa Kiingereza.

1. Kuanzia kesho mwalimu atawafundisha Kiswahili saa nne asubuhi.

___

2. Motokaa nyingi za Marikani zinatengenezwa Ujapani.

___

3. Wanafunzi watayaleta mazoezi ya nyumbani kesho.

___

4. Tanzania ilikuwa imeshapata uhuru wake mwaka wa 1963.

___

5. Kule Tanzania kuna miji mingi mikubwa na midogo.

___

marudio 4

E. Tafsiri kwa Kiswahili.

1. There is rain today.

_____

2. Mother is in the house and the children are playing outside.

_____

3. Where is the book? I gave it to Maria.

_____

4. I have already eaten my breakfast.

_____

5. In Africa there are farmers and fishermen.

_____

F. Jaza nafasi hizi.

1. Wanafunzi _____po hapa.

2. Ali_____nunua kitabu kipya.

3. Shati _____angu _____eusi limepotea.

4. Matunda _____ingi yanauzwa sokoni.

5. Ali_____pika chakula cha watoto.

6. Watoto _____etu ni _____zuri.

7. Amesha_____soma (vitabu) vyote.

G. Tafsiri kwa Kiingereza.

1. Vyakula vya aina mbalimbali vinapatikana katika masoko, kwa mfano: mboga, nyama na matunda.

_____

_____

2. Baba Juma anawauzia chai wafanyakazi wa kiwanda cha kutengeneza viatu.

    _____

    _____

3. Leo asubuhi mama Juma amechelewa kwenda kumwona rafiki yake kwa sababu alimpeleka mtoto kumwona daktari.

    _____

    _____

4. Kuanzia kesho baba Aisha atatengeneza chai aina mbili, chai ya maziwa na chai kavu. Atapenda kuuza chai ya maziwa kwa bei rahisi kuliko chai kavu.

    _____

    _____

    _____

5. Ugali unatengenezwa kwa unga wa mahindi, au mtama, au muhogo. Baada ya maji kuchemshwa unga unatiwa majini ili kutengeneza ugali.

    _____

    _____

    _____

6. Kabla ya kupata uhuru, nchi zote za Afrika ya Mashariki zilikuwa koloni za Mwingereza.

    _____

    _____

7. Historia ya Afrika ya Mashariki ni historia ndefu ya ukoloni kutoka watu mbalimbali kama Waarabu, Wareno, Wajerumani na Waingereza.

    _____

    _____

8. Kiswahili chasemwa na watu wengi. Sasa, zaidi ya watu milioni thelathini wasema Kiswahili katika dunia nzima.

_____

_____

9. Kiswahili chafundishwa katika shule nyingi hapa Marikani.

_____

10. Lugha ya Kiswahili yahesabiwa kuwa ni lugha ya saba katika lugha kubwa ulimwenguni.

_____

_____

H. Jaza nafasi **panawezekana** (i.e where it is possible).

1. Kiti _____ko wapi?

2. Kitabu _____ako _____ko wapi?

3. Kalamu _____ako _____ko wapi?

4. Motokaa _____angu ni _____baya.

5. Baisikeli _____ake _____meharibika.

6. Siku_____ona mti _____zuri shambani.

7. Mti _____a ndizi _____natoa maua kabla ya ndizi.

8. Mjini Dar es Salaam kuna mahali _____engi _____ kuuzia vitu mbalimbali.

9. Kuna wanafunzi _____ngapi humu? Kuna _____engi sana?

10. Hakuna matunda _____ (ingi). Kuna _____chache tu.

11. Nyumba _____dogo, meza _____baya, kalamu _____zuri, basi _____(refu).

SOMO LA ISHIRINI NA MOJA

A.   Jibu maswali haya.

    1.   Kama wewe ni mgonjwa ni lazima ufanye nini?

_____

_____

    2.   Kama utaenda kwa daktari, yeye atakuambia nini?

_____

_____

    3.   Kama unataka kufika darasani mapema, ni lazima ufanye nini?

_____

_____

    4.   Kama mwalimu hayupo darasani, ni vizuri wanafunzi wafanye nini?

_____

_____

    5.   Kama unakamatwa na polisi usiku, polisi atakuambia ufanye nini?

_____

_____

B.   Jibu maswali haya.

    1.   Rais wa nchi ana sifaaa gani?

_____

    2.   Daktari ana ujuzi gani?

_____

    3.   Wakati nyanya anawatolea watoto hadithi, ni lazima watoto wafanye nini?

_____

    4.   Kama unataka kusafiri Afrika ya Mashariki ni muhimu utayarishe vitu gani?

_____

5. Sungura ni mnyama mwenye.....

_____

6. Mwalimu ni mtu mwenye ujuzi wa ku.....

_____

7. Ni afadhali ufanye nini kama unataka kuamka mapema asubuhi?

_____

8. Kama unasafiri Uingereza si lazima ujue lugha gani?

_____

9. Mchungwa ni nini?

_____

C. Tafsiri kwa Kiswahili.

1. I usually watch TV at night.

_____

2. My parents came, then we went to dinner, then we came back, had coffee and went to bed.

_____

_____

3. The students are not studying, or playing, or conversing with each other. They are laughing and hitting the tables. (use **wala** for 'or')

_____

_____

4. All the students are late today.

_____

5. After eating Bob said, "I am tired."

_____

6. They have already studied for the examination.

_____

7. The children love to be told nice stories.

_____

8. Usually grandparents like to play with their grandchildren.

_____

9. You (all) did not drink beer after eating pizza.

_____

10. We are going to Tanzania. (use 'a' tense)

_____

11. My shoes are always lost. (use **kwa kawaida**)

_____

12. Susan and Richard will cook for the guests but they will not eat the food.

_____

_____

D. Jaza nafasi hizi kwa kutumia **-enye**.

1. Kitabu _____ picha nzuri.

2. Wanafunzi _____ akili na maarifa.

3. Miti _____ maua mazuri.

4. Nyumba mbili _____ madirisha mafupi.

5. Matunda _____ mbegu nyingi.

6. Meza moja _____ vyakula mbalimbali.

7. Ukurasa _____ zoezi la nyumbani.

8. Maziwa _____ wadudu kama nzi.

9. Shamba _____ mahindi na ndizi.

10. Mahali _____ watu wengi.

137

somo la ishirini na moja

E. Kamilisha sentensi kwa kutumia maneno katika alama za ( ).

    1. Alinitaka _____ (onana) naye.

    2. Alitutaka _____ (fanya) zoezi la nyumbani.

    3. Aliwaambia _____ (tembelea) Kenya.

    4. Tuliwaambieni _____ (pika) chakula cha jioni tu.

    5. Atamwambia _____ (soma) kitabu kabla ya kulala.

    6. Aliwaambia watoto _____ (cheza) karibu na nyumbani.

    7. Tutawataka wazazi _____ (leta) ada za shule mapema.

    8. Mtawaambia rafiki _____ (fika) nyumbani mapema.

    9. Walituambia _____ (ogelea) katika bahari ya Hindi.

    10. Nilimtaka _____ (piga simu) shuleni kwake.

F. Andika kwa Kiswahili.

    1. dawa _____

    2. ujuzi _____

    3. -chukua _____

    4. kali _____

    5. -kataa _____

    6. maarifa _____

    7. -tia _____

    8. -tunza _____

    9. uzima _____

SOMO LA ISHIRINI NA MBILI

A. Tafsiri kwa Kiingereza.

1. Hiki ni kitu gani?

_____

2. Kile ni kitu gani?

_____

3. Huyu ni nani?

_____

4. Kitu gani kiko nyuma yako?

_____

5. Kitu kile nyuma yako ni ubao.

_____

6. Wanaenda kule ili waonyeshe uhodari wao.

_____

7. Yule mwenye hekima alipanda juu ya mti.

_____

8. Unataka vitabu vipi? Ninavitaka hivi.

_____

9. Wale watu wa hadithi ya simba si wa kweli.

_____

B. Jaza nafasi hizi.

1. Meza _____le.

2. Kiti h_____.

3. Mtu h_____.

4. Madaftari h_____.

5. H_____ ni mti.

6. H_____ ni kuta.

7. H_____ ni chakula.

8. _____le ni vitabu.

9. _____le ni matunda ya ndizi.

10. H_____ ni uhuru wa bendera tu.

C. Tafsiri kwa Kiswahili.

1. I want to tell the teacher your second name.

_____

2. Three friends went to the forest to play with the animals.

_____

3. They are going there to see the Swahili speakers.

_____

4. That is my bag over there.

_____

5. Who is that student over there?

_____

D. Jaza nafasi hizi.

1. Ameleta vikombe _____le pale, hakuleta hivi hapa.

2. Kitabu _____le ni kizuri sana.

3. Wanataka viti _____le.

4. Tutakula mikate _____le leo jioni.

5. Unataka karoti _____le?

6. Nafikiri _____le ni nyama ya mbuzi.

7. Nunua sigara _____le, si hizi hapa.

8. Machungwa _____le ni mabovu.

9. Peleka barua _____le posta, tafadhali.

10. Soma gazeti _____le.

E. Jaza nafasi kwa kutumia vionyesho yule au wale.

1. _____ ni mwanamke mrefu.

2. _____ ni wazee wageni.

3. _____ ni simba mkali.

4. _____ ni watu wazuri.

5. Daktari _____ anatoka Mwanza.

6. Wanafunzi _____ wanasoma nini?

7. Mabwana _____ wanasema Kiswahili.

8. Kijana _____ anacheza mpira?

9. Tembo _____ wanakaa Serengeti.

10. Mtu _____ anafanya nini?

F. Jibu maswali haya.

1. Katika arusi huko Afrika ya Mashariki, nani wanaalikwa?

_____

2. Kumtia bibi arusi chooni maana yake nini?

_____

3. Katika jumuiya yako kuna desturi ya kumtia bibi arusi chooni?

_____

141

4. Katika jumuiya yako, gharama za arusi ni kubwa au ni ndogo?

   _____

5. Huko Afrika ya Mashariki watu huweza kufanya sherehe ngapi za arusi?

   _____

G. Andika kwa Kiingereza.

   1. bibi arusi _____

   2. jamaa _____or_____

   3. madhumuni _____

   4. desturi _____

   5. mila _____

   6. utamaduni _____

   7. mtaa _____

   8. mto _____or_____

   9. urefu _____

H. Chagua maneno matano (5) kutoka sehemu E hapo juu. Tumia maneno hayo katika sentensi kuonyesha maana yake kamili.

   1. _____

      _____

   2. _____

      _____

   3. _____

      _____

4. _____

_____

5. _____

_____

I. Jaza nafasi hizi.

1. H_____ ni kitabu changu.

2. _____le ni wanafunzi wa Kiswahili.

3. Miti mizuri ni h_____.

4. Nyumba zi_____ mbili ni za wafanya kazi wa kiwanda.

5. Matunda yetu yapo ha_____.

6. Kitabu h_____ ni _____angu, lakini _____le ni _____ke.

7. Wazee h_____ wanataka bei nzuri kwa mazao yao.

8. Mimi husoma kila siku katika maktaba _____le.

9. Shamba h_____ litalimwa tena mwaka huu.

J. Andika mambo matano (5) muhimu juu ya desturi za arusi katika jumuia yako.

1. _____

2. _____

3. _____

4. _____

5. _____

SOMO LA ISHIRINI NA TATU

A. Jibu maswali haya.

1. Kuna desturi gani za arusi katika jamii yako?

   (a)_____

   (b)_____

   (c)_____

2. Wewe una vitabu vyo vyote juu ya Afrika?

   _____

3. Wazazi wako wote wapo nyumbani kwako leo?

   _____

4. Kwa desturi, Waswahili huwaalika watu wengi kwa arusi?

   _____

5. Kwa kawaida wanawake wa Kiswahili humfanyia nini bibi arusi?

   (a)_____

   (b)_____

   (c)_____

B. Tafsiri kwa Kiingereza.

1. Mwalimu, nilikisahau kitabu changu.

   _____

2. Si lazima kusoma usiku wote. Ni afadhali kulala kidogo pia.

   _____

3. Kwa kawaida hapa Marikani watu huoana kanisani au kotini.

   _____

4. Fungeni halafu fungueni vitabu vyenu.

   _____

5. Ni lazima mkumbuke kuvileta viti vyote darasani kesho.

   _____

6. Mtu ye yote anaweza kuiendesha motokaa ile.

_____

7. Chakula chote kimeliwa na paka.

_____

8. Ng'ombe wameula mti wote, majani na mizizi pia.

_____

C. Andika sentensi 2 kwa kila moja ya hizi.

-ote 'whole':

1. _____

2. _____

-ote 'all':

1. _____

2. _____

-o-ote 'any':

1. _____

2. _____

D. Malizia sentensi hizi kwa kutumia '-o-ote.'

1. Kuna wanafunzi darasani?

   Hapana, hakuna mtu _____

2. Ulikula chamsha kinywa leo asubuhi?

   La, _____

3. Dukani kuna nyama ya kutosha?

   Sijui, sikuona _____

4. Huko Afrika ya Kusini kuna uhuru?

   Hapana, hakuna uhuru _____

somo la ishirini na tatu

E. Jaza nafasi kwa kutumia '-ote'.

   1. wazee   _____

   2. vitabu   _____

   3. uhuru   _____

   4. hapa   _____

   5. sentensi   _____

   6. zoezi   _____

F. Jibu maswali haya kwa kutumia "**o**" ya urejesho (relative marker).
   Mfano: Una chakula?   Ndio, nina**cho**.

   1. Una kitabu chako?   Ndio, _____

   2. Una kaka na dada?   Hapana,_____

   3. Watoto walikuwa na mifuko yao?   Ndio, _____

   4. Yeye ana watoto wangapi?   _____ watatu.

   5. Kuna nyumba ngapi pale?   _____ nyingi sana.

   6. Wana uhuru?   Ndio, _____

G. Tafsiri kwa Kiswahili.

   1. The teacher told us to learn Kiswahili everyday in order to speak it well.

      _____

      _____

   2. The child is sick again. He has to go and see the doctor again.

      _____

      _____

3. It is not necessary for me to read Kiswahili books in order to know it
    well but it is advisable for me to speak it everyday.

    _____

    _____

4. The teacher did not say we should go to the library.

    _____

5. The wise man said the lion will come and kill them if they put life in it.

    _____

    _____

6. Traditionally if a boy wants to marry he tells his parents. His parents then
    send a representative to the parents of the girl.

    _____

    _____

H. Jaza nafasi hizi.

    1. Watoto _____le ni _____angu.

    2. Daftari h_____ ni _____ nani?

    3. Mwalimu ali_____taka wanafunzi (jifunza) _____ Kiswahili.

    4. Chicago ni mji _____ (enye) magari mengi sana.

    5. Chakula h_____ ni kitamu sana.

    6. Pesa h_____ _____ake _____mepotea.

    7. Mfuko _____le pale _____meletwa _____ Tracy.

    8. _____pika chakula _____etu bado.

    9. Ni lazima watoto _____ (kunywa) maziwa kila siku.

    10. Kwa kawaida watu _____enye hekima _____sema vizuri na watu.

148

somo la ishirini na tatu

I.   Jibu maswali haya.

   1.   Andika sentensi moja kwa kila moja ya hizi kuonyesha matumizi yake.

     (a) hu (habitual)_____

     _____

     (b) ka (narrative)_____

     _____

   2.   Andika sentensi mbali mbali kuonyesha namna ya kuuliza maswali kwa Kiswahili. Kwa mfano: **wapi.** Unatoka **wapi**?

     (a)_____

     _____

     (b)_____

     _____

     (c)_____

     _____

     (d)_____

     _____

J.   Jaza nafasi hizi.

   1.   Watoto _____o _____ote.

   2.   Kitabu h_____ ni _____angu?

   3.   Matunda h_____ ni _____ nani?

   4.   Mahali _____o _____ote ni _____zuri kwangu.

   5.   Hakuna uhuru _____o _____ote h_____ Afrika _____ Kusini.

somo la ishirini na tatu

K.   Andika hadithi fupi. Mwishoni mwa hadithi sema fundisho la hadithi yako.

_____

_____

_____

_____

_____

_____

_____

_____

_____

_____

_____

_____

_____

_____

_____

_____

SOMO LA ISHIRINI NA NNE

A. Tumia kionyesho **h____o** katika nafasi hizi.

Mfano: mtoto h____   >   mtoto huyo.

                matunda h____   >   matunda hayo.

1. H____   ni mwalimu wa Kiswahili.

2. H____   ni watoto wa Peter.

3. H____   ni Juma na John.

4. Mtu h____   ni Mkenya.

5. Kahawa h____   ni nzuri sana.

6. Meza h____   ni ya nani?

7. Nyumba h____   ni ya nani?

8. Umenunua wapi sigara h____?

9. Machungwa h____   bei gani?

B. Jaza nafasi hizi kwa kutumia kionyesho **h____o**.

1. H____   ni kitabu changu.

2. H____   ni wanafunzi wa Kiswahili.

3. Miti mizuri ni ____ .

4. Nyumba h____   mbili ni za wafanya kazi wa kiwanda.

5. Matunda yetu yapo h____ .

6. Kitabu h____   ni ____angu.

7. Mwanafunzi h____   ana adabu mbaya.

8. Mtoto h____   husoma kila siku kabla ya kulala.

9. Shamba h____   lina mahindi na ndizi.

somo la ishirini na nne

C. Jaza nafasi kwa kutumia vionyesho **huyo** au **hao**.

1. _____ ni mwanamke mrefu.

2. _____ ni wazee wageni.

3. _____ ni simba mkali.

4. _____ ni watu wazuri.

5. Daktari _____ anatoka Mwanza.

6. Wanafunzi _____ wanasoma nini?

7. Mabwana _____ wanasema Kiswahili.

8. Kijana _____ anacheza mpira?

9. Tembo _____ wanakaa Serengeti.

10. Mtu _____ anafanya nini?

D. Andika kwa kukanusha.

1. Ni afadhali wafanye kazi zaidi.

_____

2. Ni lazima usome kila siku jioni.

_____

3. Waambie waende nyumbani sasa.

_____

4. Cheleweni shule kesho.

_____

5. Tuanze kusoma sasa.

_____

6. Tafadhali vuta sigara nje.

_____

152

E. Badilisha sentensi hizi kwa kukanusha au kutokanusha.
    (i.e. change to negative or positive)

    Mfano: Pika leo = usipike leo (positive to negative)
    Tusiende leo = Tuende leo (negative to positive)

    1. Nenda sasa usiende kesho.

    _____

    2. Usisome sasa soma kesho.

    _____

    3. Chelewa kesho.

    _____

    4. Pikeni pitsa, msipike wali wa nazi.

    _____

    5. Usimpigie mama simu leo, ni lazima akupigie yeye kwanza.

    _____

F. Jaza nafasi au jibu swali.

    1. Kwa utamaduni wa watu wa Afrika ya Mashariki, hadithi hutumiwa ili
        kuwafundisha watu mambo gani?

        (1) _____   (2) _____

        (3) _____   (4) _____

    2. Kuna aina gani za hadithi?

        (1) _____   (2) _____

    3. Hadithi za kuimba huitwa_____ au _____

    4. Vitendawilinikama: _____

    5. Kuna mashairi kama ya.....

        (1) _____   (2) _____

        (3) _____   (4) _____

somo la ishirini na nne

G.   Andika sentensi moja kwa kila moja ya hizi.

1.   madhumuni

_____

_____

2.   sherehe

_____

_____

3.   arusi

_____

_____

4.   badala ya

_____

_____

5.   tukanana

_____

_____

H.   Kamilisha sentensi hizi.

1.   Nenda sasa usi_____ kesho.

2.   _____ kesho, usije leo.

3.   Ni afadhali tuende pwani jumamosi, _____ kesho.

4.   Tuje karamuni saa ngapi? _____ saa moja na nusu jioni.

5.   Waende karamuni? Hapana, _____

karamuni ni afadhali _____ pwani.

somo la ishirini na nne

I.   Andika insha juu ya desturi na utamaduni wa arusi katika jumuiya yako.

_____

_____

_____

_____

_____

_____

_____

_____

_____

_____

_____

_____

_____

_____

_____

_____

MARUDIO 5

A. Tafsiri kwa Kiingereza.

1. Maisha huko Afrika ya Mashariki si kazi tu.

_____

2. Watu wanajua kusherehekea sikukuu mbalimbali.

_____

3. Baada ya kufanya kazi wanaume wengi huenda na marafiki zao ili wazungumze na kunywa pombe.

_____

_____

4. Siku za Jumamosi na Jumapili, wengine huenda kuona mashindano ya mpira wa miguu.

_____

_____

5. Wanawake hukaa nyumbani kupika, kufua na kusuka nywele.

_____

6. Watoto wanacheza tu.

_____

7. Si lazima wasome sasa kwa sababu wanasoma sana wakati wa wiki.

_____

_____

8. Kiswahili chasemwa na watu wengi huko Afrika ya Mashariki katika visiwa vya Unguja na Pemba na visiwa vingine.

_____

_____

_____

9. Umuhimu na umaarufu wake katika ulimwengu wote unaweza kutambuliwa kwa uwingi wa vipindi vya Kiswahili katika idhaa mbalimbali za radio ulimwengu.

    _____

    _____

10. Watoto duniani kote hupenda kusikiliza hadithi. Huko Afrika ya Mashariki watoto hutolewa hadithi na nyanya au babu zao.

    _____

11. Hadithi kwa kawaida huwafundisha watoto adabu njema na mambo ya maisha. Historia ya kabila na familia hufundishwa kwa njia ya hadithi.

    _____

    _____

12. Nyanya alikubali kuwatolea watoto hadithi kama watakaa kimya. Bas aliwatolea hadithi juu ya kobe na sungura.

    _____

13. Sungura alifikiri kwamba yeye ni mjanja lakini Kobe alimshinda kwa sababu yeye alilala usingizi njiani.

    _____

14. Mipango ya arusi ni kama mwaka mmoja. Ni lazima mvulana alipe mahari na kutengeneza karamu kubwa kwa ndugu na jamaa.

    _____

    _____

15. Marafiki watatu wenye elimu walimtia simba mfu uhai. Rafiki mwenye hekima alipanda juu ya mti kwa sababu alijua kwamba simba mwenye uhai ataweza kuwaua. Baada ya kumtia simba uhai, simba aliwarukia marafiki wenye elimu na kuwaua.

_____

_____

_____

16. Kwa kawaida kama mvulana anataka kumposa msichana huwaambia wazee wake, nao humpeleka mjumbe kwa wazazi wa msichana kutoa posa.

_____

_____

_____

17. Watu huoana kwa kufuata sheria za dini zao. Kama ni wakristo au waislamu, hufuata sheria za kikristo au kiislamu na kama hawana dini hufuata utamaduni wa kabila lao.

_____

_____

_____

B. Tafsiri kwa Kiswahili.

1. That window over there is closed.

_____

2. The book in front of you is mine.

_____

3. I want to know the name of your companion.

_____

4. I usually wake up at 7 a.m. and go to school at 8 a.m.

_____

5.   He woke up, washed his face, ate his breakfast, and then went to the city.

_____

6.   They wanted us to read the whole book.

_____

7.   The doctor is a person with a good reputation.

_____

8.   This is a child but that one near you is a youth.

_____

9.   This shirt and these shoes were made in the U.S.A.

_____

10. Show me your eyes. These are my eyes. No, those are your arms.

_____

C.   Jaza nafasi hizi.

	-pi?	h-	-enye	-ingine
1. kichwa	_____	_____	_____	_____
2. uso	_____	_____	_____	_____
3. mlango	_____	_____	_____	_____
4. shingo	_____	_____	_____	_____
5. madirisha	_____	_____	_____	_____
6. kitabu	_____	_____	_____	_____
7. goti	_____	_____	_____	_____
8. meza	_____	_____	_____	_____
9. vifua	_____	_____	_____	_____
10. mtu	_____	_____	_____	_____

160

marudio 5

D. Somo halafu jibu maswali yafuatayo.

Palikuwa na mama na mtoto wake. Siku moja walikwenda porini ili waweze kupata matunda ya kula. Walikwenda kwa masaa matano bila ya kuona tunda lo lote. Mtoto alianza kulia na kusema kwamba ana njaa sana. Mama yake alimwambia asilie kwa sababu porini kuna wanyama wengi wakali kama simba. Mtoto hakumsikiliza mama yake na alilia zaidi. Mwishowe walimsikia simba analia. Mtoto alisikitika kwa sababu hakumsikiliza mama yake na sasa simba atakuja kuwaua. Mama yake alimwambia mtoto apande juu ya mti. Mtoto alifanya hivyo. Mara simba alitokea ghafla. Mama alikuwa bado yuko chini ya mti. Simba alimtazama mama, na mama alimtazama simba. Mtoto alisema kwa sauti ya upole, "Simba, simba, usimuue mama yangu. Mimi sina mama mwingine." Simba kwa upole aliondoka. Mtoto alijifunza na kusema, "Ni lazima kumsikiliza mama."

Maswali:

1. Kwa nini mama na mtoto walikwenda porini?

_____

2. Kwa nini mtoto alianza kulia?

_____

3. Mama yake alimwambia nini?

_____

4. Halafu ikatokea nini?

_____

5. Simba alipofika mtoto alikuwa wapi? Na mama je?

_____

_____

6. Kwa nini simba hakumuua mama?

_____

7. Mtoto alisema nini mwishoni mwa hadithi?

_____

161

marudio 5

E. Andika maneno haya kwa Kiingereza.

1. akili _____ 2. maisha _____

3. porini _____ 4. sikitika _____

5. ghafla _____ 6. mashindano _____

7. pumzika _____ 8. usingizi _____

9. lazima _____ 10. mwishowe _____

11. mvulana _____ 12. kienyeji _____

13. mpango _____ 14. posa _____

15. sherehekea _____ 16. andalia _____

17. jumla _____ 18. madhumuni _____

F. Chagua maneno matano (5) kutoka sehemu B na tunga sentensi kuonyesha maana kamili.

1. _____

_____

2. _____

_____

3. _____

_____

4. _____

_____

5. _____

_____

marudio 5

G. Tafsiri sentensi hizi kwa Kiswahili.

1. Usually grandma does not like to tell stories before the children eat.

_____

2. What did you do on sunday?   I did not do anything because I had fever.

_____

3. I am not studying now, I am watching television.

_____

4. I want you to tell your mother to come and see me at school at noon.

_____

5. There aren't any books in the store over there.

_____

H. Tafsiri kwa Kiingereza.

1. Watoto duniani hupenda kusikiliza hadithi na huko Afrika ya Mashariki watoto hutolewa hadithi na nyanya au babu zao.

_____

2. Hadithi kwa kawaida huwafundisha watoto adabu njema na mambo ya maisha. Huanza kwa kuwatolea hadithi za kuwafundisha mambo hayo.

_____

3. Nyanya huwatolea watoto hadithi baada ya chakula cha jioni. Watoto husikiliza kimya.

_____

_____

4. Sungura alifikiri kwamba yeye ni mjanja. Lakini kobe alimshinda kwa
   sababu sungura alilala usingizi njiani.

   _____

   _____

5. Marafiki watatu wenye elimu walimtia simba mfu uhai. Simba aliwarukia
   na kuwaua. Rafiki mwenye hekima alipanda juu ya mti na baada ya simba
   kuondoka, alishuka polepole na kurudi nyumbani. Wazee wake walifurahi
   kumwona mzima.

   _____

   _____

6. Kwa kawaida kama msichana hazitaki posa za mvulana, huwaambia wazee
   wake nao huzikataa posa za mvulana.

   _____

   _____

7. Watu huoana kwa sherehe kubwa. Wanawake hupika na kucheza ngoma.
   Wanaume hupiga ngoma na kunywa pombe.

   _____

   _____

8. Kwa kawaida mipango ya arusi huchukua mwaka mmoja. Ni lazima
   mahari yote yalipwe kabla ya arusi. Wakati wa arusi, jamaa za bwana na
   bibi arusi hutengeneza karamu kubwa.

   _____

   _____

   _____

9. Mashairi yalikuwa na madhumuni mengi, kwa mfano kumtukana mtu au mambo ya mapenzi. Watu huimba au kusoma mashairi katika sherehe mbalimbali.

_____

_____

10. Kuna hadithi za kila aina, za kusikitisha, za kufurahisha, za watoto na za watu wazima pia.

_____

_____

I. Jibu maswali haya.

1. Wewe huja shuleni saa ngapi kila siku?

_____

2. Kitabu cha Kiswahili ni chako?

_____

3. Ulifanya nini jana jioni (tumia -ka-)?

_____

4. Ni lazima ufanye nini kila siku?

_____

5. Ni afadhali ufanye nini ili ufaulu mtihani vizuri?

_____

_____

6. Kama hujisikii vizuri utafanya nini?

_____

_____

7. Nani anawatolea watoto hadithi huko Afrika ya Mashariki?

_____

marudio 5

J.   Tafsiri kwa Kingereza.

1.   Kwa kawaida babu na bibi huwafundisha watoto hadithi za kabila lao.

_____

2.   Kama bibi anawatolea watoto hadithi ni lazima wakae kimya.

_____

3.   Mimi husoma Kiswahili kwa masaa mawili kila siku. Na wewe je?

_____

4.   Daktari alinipima, akanipiga sindano halafu nikarudi nyumbani kulala.

_____

5.   Asha alimwuliza Hadija, "Ulikuwa wapi jana usiku?" Hadija alimjibu, "Nilikwenda sinema huko mjini Los Angeles."

_____

6.   Ijapokuwa watu wa makabila yote wanaweza kuoana kanisani au msikitini na kadhalika wengi hufanya sherehe za kienyeji kabla au baada ya kuoana kidini.

_____

_____

_____

SOMO LA ISHIRINI NA TANO

A. Jibu maswali haya.

1. Ulifanya nini ulipofika nyumbani jana?

_____

_____

2. Kama una njaa sana unapenda kula nini?

_____

_____

3. Unapotaka kusoma husoma wapi?

_____

_____

4. Watu wengi hufanya nini jioni?

_____

_____

5. Watoto wanapotaka chakula hufanya nini?

_____

_____

6. Ulipoenda likizo ulifanya nini?

_____

_____

7. Unapoenda mjini huenda kwa njia gani.

_____

_____

somo la ishirini na tano

A. Jaza nafasi hizi.

1. Nili____fika alikuwa anakula chakula cha jioni.

2. Wanafunzi hawatakuwa____ kesho kwa sababu ni jumamosi.

3. Ninyi nyote pik____ chakula cha jioni.

4. Wanafunzi wali____fika jana mwalimu aliwaambia warudie zoezi la nyumbani.

5. Tulet____ chai ya maziwa na sambusa mbili, tafadhali.

6. Ni lazima (piga) _____ simu mama yako leo jioni.

7. Kipik____ chakula chote kwa sababu tutakuwa na wageni wengi.

8. Mwalimu alimwambia Max _____ (amkia) wanafunzi kwa Kiswahili.

C. Andika sentensi kwa kutumia maneno haya ili kuonyesha maana yake kamili: mwandishi, tabia nzuri, utamaduni, maisha, sumu.

1. _____

   _____

2. _____

   _____

3. _____

   _____

4. _____

   _____

5. _____

   _____

somo la ishirini na tano

D. Tafsiri maagizo haya kwa Kiswahili.

　　1. Call the child.

　　_____

　　2. Tell your friend your name.

　　_____

　　3. Ask them two questions.

　　_____

　　4. Stand up (please).

　　_____

　　5. Cook some food.

　　_____

　　6. Tell her to sit.

　　_____

　　7. Call your parents.

　　_____

　　8. Ask us two questions.

　　_____

　　9. Teach them Kiswahili.

　　_____

　　10. Drink your tea.

　　_____

E. Andika insha fupi juu ya sinema uliyoona hivi karibuni. Katika insha sema jina
　　la sinema, uliiona wapi, ilikuwa juu ya nini na kama uliipenda, kwa nini
　　uliipenda. Kama hukuipenda pia sema kwa nini hukuipenda.

　　_____

　　_____

　　_____

169

SOMO LA ISHIRINI NA SITA

A. Jibu maswali haya.

1. Utapenda kufanya nini utakapojua kusema Kiswahili kama Waswahili?

   _____

2. Nani aliyekufundisha Kiswahili?

   _____

3. Mji mkuu wa biashara hapa Marikani ni upi?

   _____

4. Nini unachokipenda sana?

   _____

5. Nani unayempenda sana?

   _____

6. Vitabu unavyosoma viko wapi?

   _____

7. Mtu unayempenda sana anakaa wapi?

   _____

8. Mfuko unaotumia kuwekea vitabu uliununua wapi?

   _____

9. Chakula unachokipenda kinapikwaje?

   _____

10. Mwalimu anayekufundisha Kiswahili, anatoka wapi?

   _____

B. Jaza nafasi hizi.

1. Mtu nili_____mpigia simu si rafiki yangu bali ni ndugu yangu.

2. Mwulize ni nani ali_____mfundisha Kiswahili.

3. Watu wengi watakuwa _____ karamuni kesho.

4. Kitabu nina_____kipenda kimepotea.

171

5. Hapa ni mahali wata_____lala wanafunzi uli_____sema watakuja kututembelea.

6. Mweleze wakati ata_____kupigia simu.

7. Wazazi wangu watakuwa_____ nyumbani leo jioni.

8. Aliuona mti uli___sema umekatwa jana.

9. Atazinunua nguo ana_____zipenda.

10. Alisafisha ukuta tuta_____weka picha za arusi.

C. Tafsiri kwa Kiingereza.

1. Leo tusome habari za mashairi kuhusu mapenzi na dini.

_____

2. Kuna mashairi ya aina mbili. Mashairi guni ni mashairi magumu sana.

_____

_____

3. Rafiki aliyenitembelea anatoka New York.

_____

4. Matunda aliyonunua ni madogo na mazuri sana.

_____

D. Jibu maswali haya.

1. Miji ya kwanza huko Afrika ya Mashariki ilikuwa wapi?

_____

_____

2. Miji hii ilianzishiwa kwa sababu gani?

_____

_____

3. Nani alianzisha miji katika sehumu mbali mbali za Afrika ya Mashariki?

_____

_____

4. Je miji ya Ulaya na Marikani inafanana na miji ya Afrika ya Mashariki?
   Toa sababu mbili.

   (1) _____

   _____

   (2) _____

   _____

5. Nini tofauti baina ya masoko ya mijini na masoko ya mashambani huko
   Afrika ya Mashariki?

_____

_____

_____

_____

E. Andika insha fupi kwa kutumia maneno yanayofuata:
   biashara, bara, jahazi, Waarabu, wakoloni.

_____

_____

_____

_____

_____

_____

_____

173

SOMO LA ISHIRINI NA SABA

A. Andika sentensi hizi kwa kutumia **amba-**

1. Vitabu unavyosoma viko maktabani.

_____

2. Mtu unayempenda anakaa Italia.

_____

3. Chakula alichokula jana ni pitsa.

_____

4. Mwalimu aliyetufundisha Kiswahili anatoka Afrika ya Mashariki.

_____

5. Watu watakaotutembelea kesho ni marafiki zetu kutoka Ujerumani.

_____

B. Jibu maswali haya kwa kutumia **amba-**

1. Mwalimu ni nani?

_____

2. Dereva ni nani?

_____

3. Daktari ni nani?

_____

4. Mpishi ni mtu gani?

_____

5. Maskini ni nini?

_____

C. Tafsiri kwa Kiingereza.

1. Mwalimu alituambia tusome vitabu alivyonunua Afrika.

_____

2. Yeye ni mtu ambaye ana sifa kuliko wazee wake.

_____

3. Bandari ya Dar es Salaam ni karibu na bahari ya Hindi.

_____

4. Mji mkuu wa Kenya ni Nairobi na mji mkuu wa Tanzania ni Dar es Salaam.

_____

5. Katika maofisi ya Kenya ambayo yanakaa Nairobi, wanaume na wanawake huvaa mavazi ya kisasa.

_____

_____

D. Ziunganishe sentensi hizi kuwa sentensi moja kwa kutumia 'o' ya urejesho.
   Mfano: Nitazungumza na mgeni. Yeye alifika jana.
   <u>Nitazungumza na mgeni aliyefika jana.</u>
   au <u>Nitazungumza na mtu **ambaye** alifika jana.</u>

1. Nilisoma gazeti. Gazeti lilitoka Tanzania.

_____

2. Ninapenda kula. Ninakula matunda.

_____

3. Ninapenda kusoma. Husomea maktabani.

_____

4. Mwanafunzi amechelewa darasani leo. Yeye ni Kauli.

_____

5. Nyumba ilinunuliwa na Richard. Sasa inauzwa na baba yake.

_____

6. Mtu huyu huchelewa kila mahali. Yeye ni mtoto wa Juma Ali.

_____

7. Nitanunua mashati mawili dukani. Ni mashati ya safari.

_____

somo la ishirini na saba

E. Sasa ziandike sentensi ulizounganisha katika sehemu D kwa kukanusha.

1. _____

2. _____

3. _____

4. _____

5. _____

6. _____

7. _____

F. Tafsiri kwa Kiingereza.

Sisi tunampenda mwalimu wetu wa Kiswahili. Yeye ni mtu ambaye anapenda kututolea mitihani migumu sana. Lakini, mtihani aliotutolea leo si mgumu sana. Mwalimu wetu anatoka Tanzania. Ni nchi ambayo ina watu wengi wazuri na wanaopenda kusaidiana. Sisi tunapenda kusaidiana pia. Kwa mfano, kama kuna mtu ambaye hakufika darasani, yeye anaweza kufundishwa na ye yote aliyekuwa darasani. Mwalimu anatusaidia pia. Lakini anasema mtu ambaye anakosa kufika darasani mara kwa mara hawezi kujifunza vizuri kama yule anayefika kila siku bila kuchelewa.

_____

_____

_____

_____

_____

_____

_____

_____

_____

_____

G.   Tafsiri kwa Kiswahili.

When we started to learn Kiswahili we thought Kiswahili was a hard language to learn.   Now that we have learned Kiswahili for nearly a year, we think Kiswahili is a language which is a little easier than most European languages. One thing that we liked about our class is that all the students were very nice and we worked hard together.   There was no one who did not like to talk with another.   We also liked some of the stories, especially those which taught us about life and the culture of the peoples of Africa.   We learned that Africa is a big continent with many different cultures and traditions.   But the people are very much alike in many ways.

_____

_____

_____

_____

_____

_____

_____

_____

_____

_____

SOMO LA ISHIRINI NA NANE

A. Kamilisha sentensi hizi kwa kutumia **-ki-** pale panapofaa (where suitable).

1. Mama yake alimwambia kwamba _____ (kuja) leo atampa fedha anazotaka.

2. _____ unataka kulala, unafanya nini?

3. Nilipofika, alikuwa _____ (safisha) motokaa yake.

4. Nitaenda Afrika _____ nitapata pesa za kutosha kwa safari na chakula.

5. Atakuwa _____ (sikiliza) radio nitakaporudi nyumbani leo usiku.

6. Kila ninaporudi nyumbani jioni, paka wangu huwa _____ (ruka ruka) juu ya viti vya chumbani kwangu.

7. Umekuwa _____ (fanya) nini tangu nilipokuona mara ya mwisho?

8. Kama _____ (penda), unaweza kunitembelea wakati wa kiangazi.

9. _____ (ona) Mark, mwambie anipigie simu kabla ya saa nne usiku.

10. _____ (jaribu) kuendesha motokaa bila leseni, utakamatwa na polisi.

B. Andika sentensi tatu kuonyesha matumizi mbalimbali ya **ki**.

Mfano: ki = -ing (present progressive)
 ki = if (conditional)
 ki = class 7 nouns (agreement marker)

1. _____

 _____

2. _____

 _____

3. _____

 _____

somo la ishirini na nane

C. Andika sentensi mbili kuonyesha matumizi mbalimbali ya **kama**.

1. _____

_____

2. _____

_____

D. Tafsiri kwa Kiswahili.

1. If I see him I will tell him to come.

_____

2. He was reading when I phoned him.

_____

3. Read as you were taught by the teacher.

_____

4. Do not eat as a child.

_____

5. If I have time I will teach you a song.

_____

E. Andika kwa Kiingereza.

1. piga simu _____

2. sifuri _____

3. wiki ijayo _____

4. mtalii _____

5. pokewa _____

somo la ishirini na nane

F.   Tunmia maneno yafuatayo katika insha fupi:
   fahamika, kisasa, mtalii, muhimu, taabu.

_____

_____

_____

_____

_____

_____

_____

_____

G.   Andika insha fupi juu ya safari uliyoifanya. Sema ulikokwenda na baadhi ya
   mambo uliyoyafanya.

_____

_____

_____

_____

_____

_____

_____

somo la ishirini na nane

_____

_____

_____

_____

_____

_____

_____

_____

_____

_____

_____

_____

_____

_____

_____

_____

MARUDIO 6

A.   Tumia maneno haya katika sentensi.

1.   shindwa

_____

_____

2.   shindana

_____

_____

3.   mwenyewe

_____

_____

4.   tusiende

_____

_____

5.   ozwa

_____

_____

6.   ye yote

_____

_____

7.   mto

_____

_____

8.   sherehekea

_____

_____

9. gazeti

_____

_____

10. biashara

_____

_____

B. Jibu maswali haya.

1. Nani alikufundisha Kiswahili mwaka huu?

_____

2. Kila siku asubuhi wewe hufanya nini?

_____

_____

3. Mtu unayempenda anaitwa nani?

_____

4. Ulipoamka leo asubuhi ulifanya nini?

_____

5. Una vitabu vingapi?

_____

6. Vitu gani hupatikana huko Afrika ya Mashariki?

_____

_____

7. Unapenda kufanya nini kila jioni?

_____

_____

8. Ukimwona Rais wa nchi yako utamwambia nini?

_____

9. Utafanya nini wakati wa likizo ya kiangazi?

_____

_____

10. Kwa nini unajifunza Kiswahili?

_____

C. Tafsiri kwa Kiswahili.

1. All the students were here yesterday studying in the library.

_____

2. When I go to school I always take the bus. What about you?

_____

3. Please give us food, we haven't eaten for two days. We don't have food in the   house.

_____

_____

4. Is your mother home? No, she is not here. Nobody is at home now.

_____

_____

5. A bed is something you can sleep on, but a train is something you can travel on.

_____

_____

6. All the stories told to children in East Africa are told by grandparents.

_____

_____

7. The teacher said we should do as she taught us.

_____

8. Buy the things you need only. Do not buy that dress over there. It is not good.

_____

_____

9. If you come to see me, I will give you your book.

_____

10. I saw you reading in the library.

_____

D. Tafsiri kwa Kiingereza.

1. Ni nani aliyeandika mashairi ya mapenzi?

_____

2. Kitu ninachokitaka sana ni kwenda Tanzania wakati wa likizo ya kiangazi.

_____

3. Watalii ni muhimu kwa uchumi wa nchi za Afrika ya Mashariki.

_____

4. Wapenda kile kitabu kilichoandikwa na Juma?

_____

5. Miji ilianza kwa sababu ya biashara, ukoloni na pia kwa sababu watu wengi walikwenda kutafuta kazi mbali na nyumbani.

_____

_____

6. Watu walioujenga mji wa Mombasa walitoka Bara Arabuni. Wengi wao walileta mila, desturi na utamaduni wao. Kwa hiyo majumba mengi ya mji wa Mombasa yanafanana na majumba ya huko Bara Arabuni.

_____

_____

_____

7. Tenzi ni kama mashairi. Zamani mashairi yaliandikwa ili kusomwa na kuimbwa.

_____

_____

8. Kama tunavyojua nchi za Kenya na Tanzania zina wanyama wengi wa mwitu kama nyumbu, tembo, simba na chui.

_____

_____

9. Nairobi ilianza kukua sana wakati wa vita kuu ya pili. Miji mingi mingine huko Afrika ya Mashariki kama Dar es Salaam pia ilianza kukua wakati huo.

_____

_____

10. Mombasa ni mmoja wa miji ya kwanza huko pwani. Mombasa yenyewe ina sehemu mbili, mji wa kale na mji wa sasa.

_____

_____

11. Wakati wa ukoloni miji huko Afrika ya Mashariki ilikuwa na watu wachache tu. Halafu ilikua na kuendelea kukua kama miji mingi mingine ya dunia.

_____

_____

marudio 6

E. Jaza nafasi hizi.

1. Nyumba hi_____ ilijengwa na wazazi wangu.

2. Nikitaka kulala _____enda chumbani kwangu.

3. Kitabu kili_____andikwa naye kinaitwaje?

4. Mwalimu ni mtu _____ anafundisha.

5. Mtu _____ hutupigia simu kila siku asubuhi ni dereva wetu.

6. Juma a_____fika, niambie.

7. Kama tuli_____soma katika hadithi ya kobe na sungura, sungura ni mnyama gani?

8. Andika nili_____sema.

9. _____ambie John _____mbie rafiki yake _____je kuniona.

10. Kama u_____enda _____mwona, mwambie ninataka kuzungumza naye.

F. Maswali mbalimbali.

1. Andika sentensi kwa kutumia:
(a) ni lazima   (b) ni afadhali   (c) ninapofika   (d) alikuwapo

(a) _____

_____

(b) _____

_____

(c) _____

_____

(d) _____

_____

marudio 6

2. Andika sentensi kwa kila ya hizi ukitumia 'o' ya urejesho: **ta, na, li, hu, me.**

   Mfano: Mwalimu a**liye**nifundisha mwaka jana anatoka Afrika.

(a) _____

   _____

(b) _____

   _____

(c) _____

   _____

(d) _____

   _____

(e) _____

   _____

G. Andika insha fupi juu ya tofauti au usawa baina ya maisha na utamaduni wa watu wa Afrika ya Mashariki na wa watu wa ulaya au nchi za magharibi.

   _____

   _____

   _____

   _____

   _____

   _____

   _____

   _____

   _____

   _____

NYONGEZA

UANDISHI WA BARUA

Kuna barua za aina mbili. Barua za kirafiki na barua za kikazi au za kiofisi. Barua za kirafiki ni barua ambazo zinaandikwa kwa rafiki, ndugu au jamaa. Barua za kikazi ni zile ambazo zinaandikwa kwa shughuli maalum. Kwa mfano, kuomba kazi, kuomba hati ya kusafiria nchi nyingine, kuomba huduma mbalimbali kama maji, umeme, simu na kadhalika. Pia kama unataka kufanya utafiti Tanzania au Kenya ni budi kuandika barua kwa serikali ya nchi hiyo kuomba kibali cha utafiti. Barua hiyo itaitwa barua ya kiofisi au kikazi.

Muundo wa barua za kirafiki na barua za kikazi au kiofisi ni tofauti. Zifuatazo ni barua mbili, ya kwanza ni ya kirafiki na ya pili ni ya kiofisi. Zichunguze vizuri ili kuona tofauti zake.

A.   Barua ya kirafiki

Kijiji cha Mwereni Juu,
Sanduku la Posta 119,
Moshi.

Juni 12, 1988

Mpendwa Karen;

Natumaini hujambo na kwamba safari yako ilikuwa nzuri na salama. Mimi sijambo lakini jua kali sana hapa Moshi siku hizi. Wakulima wanalalamika sana kwa sababu mimea yote sasa inaanza kukauka.

Wazazi wangu na ndugu walifurahi sana kwa sababu ulitutembelea. Maria bado anakukumbuka sana. Aliipenda sana zawadi uliyompa na kila siku anasema kwamba atakapokuwa mkubwa atafanya kazi na akipata pesa atakuja kukutembelea. Mama na baba wanatoa salaam nyingi kwako pia.

Jana nilikwenda mjini kuwaona maafisa wa wilaya kuhusu utafiti wako. Kuna habari njema. Umekubaliwa kufanya utafiti hapa Moshi kwa kipindi cha mwaka mmoja. Kesho kutwa nitakwenda kijiji cha Mwika kuzungumza na wazazi wa watoto ambao unataka kuwachunguza. Nitakuarifu baadaye mambo yanakwendaje.

Kwa sasa naona niishie hapa. Natoa salaam kwa ndugu na rafiki zako.

Rafikio mpendwa,

B. Barua ya kikazi

Taasisi ya Lugha za Kiafrika,
Sanduku la Posta 2334,
Dar es Salaam.

June 12, 1987

Ndugu Kazi P. Motomoto
Mkurugenzi Mkuu,
Kituo cha Utafiti Tarama,
Sanduku la Posta 35085,
Arusha.

Ndugu Motomoto:

Kusudi la barua hii ni kukujulisha kwamba maafisa wetu watatu ambao majina yao yameorodheshwa hapa chini watakitembelea kijiji chako kwa madhumuni ya kufanya utafiti juu ya matumizi ya lugha katika mahakama ndogo ya kijiji

1. Ndugu Ndeonakazi Machachari
2. Ndugu Kachoka Maudhi
3. Bibi Furaha Kataka

Ni matumaini yetu kwamba utawapa kila msaada watakaouhitaji.

Wako mtiifu,

Rafael Kazimbili
Mkurugenzi Mkuu.

Barua ya kwanza ambayo ni ya kirafiki ina anwani moja tu, anwani ya mwandishi. Barua ya pili ambayo ni ya kikazi ina anwani mbili, ya mwandishi na ya mwandikiwa. Zaidi ya hayo mianzio na miishio ya barua hizi ni tofauti pia. Barua ya kwanza imeanza: **Mpendwa Karen**. Barua ya pili imeanza: **Ndugu Motomoto**. Barua za kirafiki zinaweza pia kuanzwa kwa kutumia mianzo kama: **Kwa rafiki yangu Karen, Kwa Wazazi wapendwa, Mpenzi Juma/Aisha** na kadhalika. Mianzo hii haiwezi kutumiwa kwa barua za kikazi. Pia mwandishi wa barua ya kirafiki anaweza kuanza barua yake kwa kumsalimu au kumwuliza mwandikiwa juu ya hali yake. Barua za kikazi huanzwa kwa kuzungumzia kusudi la barua bila maamkio ya mwandikiwa.

Miishio ya barua hizi mbili ni tofauti pia. Barua ya kwanza imeishia: **Rafikio Wasalaam**. Pia mwishoni mwa barua ya kwanza kuna jina moja tu lakini katika barua ya pili kuna majina mawili na cheo cha mwandishi. Ni muhimu kwa **mpendwa**. Miishio mingine ni kama: **Wako, Akupendaye, Ndimi**. Barua ya pili imeishia: **Wako mtiifu**. Miishio mingine ni kama: **Wako, Wasalaam, Wako katika kazi,** na kadhalika. Mwandishi huandika jina lake kamili, cheo chake, na pia kuweka saini yake katika barua ya kikazi.

Barua nyingine za kikazi zinaweza kuonyesha namba ya kumbukumbu ya barua hiyo. Hii huandikwa juu, usawa wa anwani ya mwandishi lakini upande wa kushoto wa karatasi ya barua. Kumbukumbu huandikwa kama: **kumb. yetu/UT/3RC**. Wakati wa kuijibu barua ambayo inaonyesha namba ya kumbukumbu mwandishi huanza barua yake kwa kusema: "Barua yako **kumb./UT/3RC** yahusika". Baadaye mwandishi anaendelea na jibu la barua kwa kuzungumzia kusudi la jibu lake. Ikiwa barua inaandikwa kwa ofisi bila kujua ofisa ambaye anahusika, ni muhimu pia kwa mwandishi kutaja mambo anayotaka kuzungumzia.

Kwa mfano: **Kuhusu: Utafiti wa lugha**. Hii husaidia makarani wanaochambua barua kujua kwa haraka afisa ambaye anahusika na barua hiyo. Kwa njia hii barua itashughulikiwa na kupata majibu mapema. Tazama mfano ufuatao.

Taasisi ya Lugha za Kiafrika,
Sanduku la Posta 2334,
Dar es Salaam.

Kumb. yetu/UT/3RC   June 12, 1987

Ndugu Kazi P. Motomoto,
Mkurugenzi Mkuu,
Kituo cha Utafiti Tarama,
Sanduku la Posta 35085,
Arusha.

Ndugu Motomoto:

Kuhusu: <u>UTAFITI WA LUGHA MAHAKAMANI</u>

....
....

Wasalaam,

....
Mkurugenzi Mkuu.

MAZOEZI YA KUANDIKA BARUA

Fanya mazoezi ya barua kwa kuandika barua juu ya yafuatayo;

1. Andika barua kwa rafiki yako na umweleze juu ya masomo yako ya Kiswahili.

_____

_____

_____

_____

_____

_____

_____

_____

_____

_____

_____

_____

_____

_____

_____

_____

_____

_____

_____

_____

_____

_____

_____

2. Andika barua kwa Mkuu wa Chuo Kikuu cha Dar es Salaam na kuomba nafasi ya kusoma kwa kipindi kimoja cha miezi mitatu katika chuo hicho ili kuongeza ujuzi wako wa kusema na kusoma Kiswahili.

_____

_____

_____

_____

_____

_____

_____

_____

_____

_____

_____

_____

_____

_____

_____

_____

_____

_____

_____

_____

_____

_____

_____

_____

Msamiati: Kiswahili na Kingereza

This is a useful list of words which were used in the exercises in this manual. Nouns are listed in their singular form followed by their plural prefix (e.g. *kitabu/vi-* 'book', *tunda/ma-* 'fruit'. For nouns whose plural form is identical to the singular, only the singular is given; such cases are usually N-Class (9/10) nouns. They will be indicated as: (N-class). Noun class affiliation is only given when it is unclear to which class a noun belongs. Verbs and adjectives, and similar words which vary in form, are listed as stems or roots (e.g. *-fundisha* 'teach'; *-dogo* 'small').

A

-a   of
-a   of (-a + noun = adjectives)
-a kati   middle
-a Kikatoliki   Catholic (adj.)
-a kike   female
-a kisasa   modern
-a kiume   male
-a lami   paved (e.g. roads)
-a mwitu   wild (of the forest)
-a nani?   whose?
-a zamani   old, former
-acha   leave, leave alone, allow
ada   fee
adabu   manners, good behavior
  abu mbaya   bad manners
adabu njema   good manners
afadhali   better; ni afadhali "it
        would be better"
afisa/ma-   an official
afisi   office (N-Class) (also: ofisi)
Afrika   Africa
-agana   say goodbye to each other
agizo/ma-   command, directive
aina   kind, sort
ajili   cause, reason, sake
-ake   his, hers, its (animate)
akili   intelligence
-ako   your, yours
alama   sign(s), indicator(s).
alasiri   (mid) afternoon, around 3-4
        p.m.
alfajiri   dawn
alhamisi   Thursday
-alika   invite
-ambiwa   be told
-amka   wake up, arise
-amkia je   how do you greet
        (someone)?
-amkiana   greet one another
amkio/ma-   greeting
-andalia   serve (e.g. food)
-andika   write
-angalia   watch, look at

-angu   my, mine
-anguka   fall
anwani   address
-anza   start, begin, initiate
-anzia   begin with
-ao   their, theirs
Arabuni   Arabia
-arifu   inform, tell
arusi   wedding
asante   thank you, thanks
asili   origin
asubuhi   morning
asubuhi na mapema   early in the
                morning
ati   exclamation implying
        disagreement
au   or

B

baada ya   after (___ + infinitive)
baadaye   afterwards
baadhi ya   some of
baba   father
baba mdogo   younger brother of
            one's father
baba mkubwa   older brother of
            one's father
babu   grandfather
badala ya   instead of
-badilisha   change (trans.)
bado   yet, still
bahari   ocean, sea
bahati   luck (usually sg.)
baina ya   between, among
baisikeli   bicycle
bali   but rather, but on the contrary
bandari   harbor (N- or Ji-/Ma-
            Class)
bao/ma-   a board game with 32/64
            holes & seeds as counters
bara   upcountry, inland, continent
Bara Hindi   India
barabara   road, highway
barafu   ice

baraka blessing
baridi cold (as in 'cold weather')
-bariki bless
-barikiwa be blessed
barua letter(s)
basi well, then, well then
basi/ma- bus
-baya bad
-beba carry
bei price
bendera flag
beseni/ma- basin
bezo/ma- scornful word
bia beer
biashara business, commerce
bibi ms., miss, mrs., lady, grandmother (**nyanya** 'grandmother')
bibi arusi bride (also: **bi arusi**)
-bichi unripe, green, uncooked
-bidi oblige (used with i- subject prefix)
bila without
bila shaka without doubt
biriani cooked dish with meat, rice, pepper
-bisha hodi call 'hodi'
bisi popcorn
-bivu ripe
bora better, best
-bovu rotten, bad, unsuitable for use
budi must, necessary
buibui black cloth worn by Moslem women
bunge/ma- parliament
bure for free, useless, good for nothing
-burudisha refresh
bustani garden
bwana mr., sir
bwana arusi bridegroom

C

-chache few
-chafu dirty
-chagua select, choose, pick out
chai tea
chakacha type of dance
chaki chalk
chakula/vya- food
chama/vya- organization, party
chama cha ushirika cooperative
-chambua sort out, select from a pile, separate
chamshakinywa/vya- breakfast
-cheka laugh
-chekesha make laugh, amuse
-chelewa be late
-chemsha boil
cheo/vy- rank, official position, title
-cheza dance and sing, play
-choka be/get tired
-choma burn, roast
chombo/vy- utensil, equipment, vessel, furniture
-chonga carve
choo/vy- toilet, bathroom
chui leopard
chuki hate
-chukua take, carry
chumba/vy- room (in a building)
chumbani inside a room
-chunga herd animals, live stock
-chungua investigate, examine
chungwa/ma- orange
chuo kikuu/vy- university
chuo/vy- school (traditionally Koranic)
chupa/vy- bottle (pl.: **chupa** or **vyupa**)

D

dada elder sister, sister(s)
daftari/ma- notebook
daima always
dakika minute

damu blood
darasa za Kiswahili Swahili noun
　　　　　　classes
darasa/ma- class, classroom
dawa medicine, medication
debe/ma- large tin container
dereva/ma- driver
desturi custom
digri degree
dini religion
dirisha/ma- window
-dogo small, little
dola dollar
-dondoa pick up bit by bit
dudu/wa bug(s)
duka/ma- shop
duma cheetah
dunia world

E
eeh affirmative exclamation, yes
-ekundu red, or similar color
-elewa understand
-eleza explain, make understand
elfu/ma- thousand
elimu education
elimu ya maktaba library science
elimu ya siasa political science
-ema good (in a moral sense)
embe/ma- mango
-enda go
-enda madukani go shopping
-enda zake go one's way
-endelea go on, continue
-endesha drive (someone or
　　　　　something)
-enu your, yours (pl.)
-enye having, possessing, with
-enyewe oneself
-erevu clever, smart, witty
eropleni airplane
-etu our, ours
-eupe white, light in color
-eusi black, dark in color

F
-fa die
-fahamika be understood
-fahamu understand
-fahirisi index
-faida profit
-falsafa philosophy
familia family, household
-fanana resemble, look alike, share
　　　　　similarities
-fanya do, make
-fanya haraka hurry
-fanya kazi work
-faulu succeed, pass, overcome,
　　　　　manage, accomplish
fedha money, silver
-fika arrive
-fikiri think, ponder
fimbo stick, walking stick
fisi hyena
fizikia physics
friji refrigerator(s)
frjini inside the refrigerator
-fua wash clothes
-fuata follow
-fukuzana chase each other
fulani so and so, certain
fumbo/ma- puzzle, riddle
-fumbua figure out a puzzle
fundi/ma- craftsman, expert
-fundisha teach
fundisho lesson, the teaching
-funga close, tie, shut, fasten
-funga ndoa marry (tie the
　　　　　　marriage)
-fungua open, untie
funguo keys
-funika cover
-fupi short
furaha joy, happiness

G
gani? what, which kind, what sort?
gari la moshi train

gari/ma- vehicle, cart
gauni/ma- gown, dress
-gawanya divide
gazeti/ma- magazine
-geuka turn about, change from one
form/state to another
ghafula suddenly
ghali expensive
gharama expence(s), price(s), cost
gogo/ma- weed
-gombana argue
goti/ma- knee
gugu/ma- weed
-gumu hard, difficult
guni blank verse
gurudumu/ma- wheel

H
haba small amount
habari news
hadi up to, until
hadithi story/stories
hai alive
haki right, justice
halafu later, afterwards, and then
(listing or narrating events)
hali condition, a person's physical
state
hali kadhalika likewise
-hamia move to
hamu desire
hapa here
hapana no
hapo then, there
hapo kale then long ago
hapo mwanzoni there above, in the
beginning
haragwe/ma- bean
haraka quickly, fast, in a hurry,
haste
-haribika be spoiled, ruined, go bad
(perishables), out of order
-haribu destroy, spoil
hasa especially

hasara loss, damage
haswa especially (also: hasa)
hata up to, until (also: hadi)
hati ya kusafiria travel pass, visa
hawa these (people)
haya alright, o.k.
hekima common sense
heri happiness, blessedness
-hesabiwa be estimated, counted
-hesabu count
hesabu math
hewa air, atmosphere
hii this (N-Class sg.)
-hindi Indian (cf.: Kihindi)
hindi/ma- corn
historia history
hitaji/ma- need, requirement
hivi approximately, about; these
(Vi-Class)
hivi karibuni recently
hivyo in that way; those (Vi-Class)
hizi these (N-Class pl.)
hodari smart, brave, clever
hodi used in announcing one's
arrival
homa fever
hoteli/ma- hotel, hotel & restaurant
combined (mgahawa or
mkahawa 'restaurant')
hotuba speech(es)
-hudhuria attend
huduma service(s)
huko there (near listener - Class
17)
huku here (near speaker - Class 17)
-huru free (adj.)
-husu concern, be of concern to
huyu this (person)

I
idhaa radio or television
broadcast/programs
ijapokuwa although, even though
ijayo which is to come

ijumaa Friday
ila except
ili in order that
iliyopita last (e.g., **wiki iliyopita** 'last week')
-imba sing
inanibidi nisome 'I must study'
ingawa although, even though
-ingi many, much, a lot of
-ingia go in, enter
-ingine other, another, some
insha essay(s), composition(s)
-inuka stand up
irio a type of 'Kikuyu' food
-isha finish
-ishi live
-ishia finish up
isimu ya lugha linguistics
isiyozidi which does not exceed
-ita call
-itika respond (positive)

J
-ja come
jahazi/ma- dhow
jalada/ma- cover
jamaa family, relation, relative
jambo/ma thing, matter, affair
jamhuri republic
jamii society
jamvi/ma- mat
jana yesterday
jani/ma- leaf, grass
-jaribu try
-jaza fill (trans.)
je? question indicator
jedwali table of reference
jemadari/ma- general
jembe/ma- hoe
-jenga build
-jibu answer
jicho/ma eye
-jifunza learn
jiko/ma- kitchen, stove

jimbo/ma- region, state, province
jina/ma- name
jino/ma- tooth
jiografia geography
jiologia geology
jioni evening
-jitahadhari be cautious, take care
jiwe/ma- stone
jua sun
-jua know
-julisha inform, tell
juma/ma- week
jumamosi Saturday
jumanne Tuesday
jumapili Sunday
jumatano Wednesday
jumatatu Monday
jumba/ma- building
jumla total, total amount
-jumlisha add up (**jumla** 'total, sum of')
jumuia community/communities
juu up, high
juu ya up on, on, about, concerning

K
-kaa stay, live, remain, sit
kaa/ma- charcoal
kabila/ma- tribe
kabla ya before (___ + infinitive)
kadha wa kadha all sorts, of various types
kadhaa various
kadhalika and so on, etc., likewise
kadhi/ma- Moslem leader, judge
kahawa coffee
kaka brother(s)
kalamu pen(s), pencil(s)
kale long ago
-kali sharp, bitter, fierce
-kalia to sit on
kama if, like, as, such as, about, around
-kamatana catch each other

kamba rope
kamili in full, exactly, no more no less
-kamilisha make complete
-kamuliwa be squeezed, be milked
kamusi dictionary/dictionaries
kando side, edge, bank
kanisa/ma- church
kanuni rule(s), regulation(s), procedure(s)
-kanusha negate, use the negative form
kao/ma- headquarter
karamu feast(s), party/parties
karani/ma- clerk
karatasi/ma- paper
-karibisha welcome, make welcome
karibu welcome, come near, come close, come in; nearly
karibu na close to, near
karne century
karoti carrot(s)
kasa less
kasisi/ma- pastor (Protestant)
kasoro less (also: **kasa**)
kaskazini north
-kataa refuse, say no
kati middle
katika in
katikati in the middle of, center
katili cruel
-kauka dry up
-kavu dry
kawaida usual thing, custom
kazi work, job(s)
kemia chemistry
kesho tomorrow
kesho asubuhi tomorrow morning
kesho kutwa day after tomorrow
-keti sit
-kiafrika African way/manner
kiangazi summer, dry and hot season
kiasili traditional, original way

kiatu/vi- shoe
kiazi/vi- potato
kibaba/vi- small measure
kibali/vi- permit
kibao/vi- small board
kichwa/vi- head, heading
kidini religious way, manner
kidogo a little, a small amount, somewhat
kidole/vi- finger, toe
kienyeji traditional, local, native way/custom/behavior
kifaa/vi- equipment
Kifaransa French language/custom
kifo/vi- death
kifua/vi- chest
kigeni foreign way/custom
Kihindi Indian language/religion/custom
Kiislamu Moslem religion/way/custom
kijana/vi- youth, young person, young man
kijani green (of grass color)
kijiji/vi- village
kijiko/vi- spoon
kijivu grey (of ash color)
kikapu/vi- basket
kike female (cf.: **-a kike**)
kikombe/vi- cup, mug
kikristo Christian way/custom
kikundi/vi- small group
kila each
kilima/vi- hill, little mountain
-kimbia run
-kimbiza chase, run after
kimya silence, quiet
kina/vi- rhyme
kinu/vi- mortar
kinyozi/vi- barber
kinyume opposite of, alternative to (as in: the opposite of -**zuri** 'good' is -**baya** 'bad')
kinywaji/vi- drink

kiongozi/vi- leader
kionyesho a demonstrative
kipande/vi- piece
kipindi/vi- term, period of time
kipofu/vi- blind person
Kirusi Russian language/way/custom
kisasa modern, of today, current
kisima/vi- well (for water)
kisiwa/vi- island
kisu/vi- knife
Kiswahili Swahili language/way/custom
kitabu/vi- book
kitanda/vi- bed
kitendawili/vi- riddle
kiti/vi- chair
kitunguu/vi- onion
kituo/vi- station (e.g., bus stop)
kiu thirst
kiuchumi economically
kiume male (cf.: **-a kiume**)
kivuli/vi- shadow
kiwanda/vi- factory
kiwanja/vi- field (e.g.: playing field, air field)
-kizungu European way/custom
kobe turtle(s), tortoise(s)
koloni/ma- colony
kondoo sheep
korti/ma- court
-kosa miss, fail, be lacking, make a mistake
krismasi Christmas
-kua grow, grow up, increase in size
-kubali agree, accept
-kubaliwa be allowed
-kubwa big, large
kuhusu concerning (cf.: **-husika** 'be concerned')
kujitegemea self-reliance
kuku chicken
kule there (at a distance)
kuliko more than (in comparison)

kumbe! an exclamation
-kumbuka remember, recall
kumbukumbu reference (in official letters), materials preserved in archives
-kuna scratch, grate
kuna there is, there are
kundi/ma- group
kuni firewood (N-Class pl.)
kusini south
kusudi intention(s)
-kuu major, chief, important
kuzingira surrounding(s)
kwa of, by, with, for, to, in respect to
kwa ajili ya on account of
kwa bahati nzuri fortunately
kwa heri goodbye
kwa heri ya kuonana goodbye until we see each other
kwa hivyo therefore (also: **kwa hiyo**)
kwa jumla altogether
kwa kawaida usually, habitually
kwa kiasili traditionally, originally
kwa kweli in truth, truly
kwa mfano for example
kwa muda for a period of time
kwa nini? why?
kwa sababu because
kwa sababu gani? why, for what reason?
kwa sauti out loud, loudly
kwa upesi quickly
kwa urahisi easily
kwamba that (conj.)
kwani for, because
kwao at/to their place/home
kweli true
kwenye at (**ku-** + **enye**)

L

-la eat
lakini but
-lala sleep, lie down
-lala usingizi sleep deeply
-lalamika complain
lami tar, asphalt
lazima obligation, necessity
-lea raise, rear (children)
lelemama type of dance
leo today
leo asubuhi this morning
-leta bring
-lia cry
-lia to eat with (cf.: **mkono wa kulia** 'right hand')
likizo vacation, long holiday
-lima farm, cultivate, dig
-lingana be equal in measure (e.g., size, weight, height, price)
lini? when?
-lipa pay
lori/ma- truck
lugha language(s)

M

maagizo instructions, directions
maalum special, specific, significant
maana meaning, reason, cause (N-Class)
maandiko writing (Ma-Class)
maarifa information, knowledge, facts (Ma-Class)
maarufu famous, important
maasi crime (Ma-Class)
madaraka responsibility (Ma-Class)
madhumuni intention(s), purpose(s) (Ma-Class)
maelezo explanation(s), information (Ma-Class)
mafua influenza, flu (Ma-Class)
magharibi west (N-Class)
mahaba love, friendship (Ma-Class)

mahakama court(s) (Ma-Class)
mahali place (Pa-Class)
mahari dowry (N-Class)
mahindi maize, corn (Ma-Class)
mahitaji needs, necessities, requirements
maisha life (Ma-Class)
maji water (Ma-Class)
makala article, treatise (N/Ma-class)
makelele noise, uproar (Ma-Class)
maktaba library (N-Class)
maktabani inside the library
mali wealth, property, possessions (N-Class)
malisho pasture (Ma-Class)
-maliza/malizia finish
mama mother
mama mdogo younger sister of one's mother
mama mkubwa older sister of one's mother
mambo matters
manukato perfume (Ma-Class)
mapema early (adv.)
mara time, occassion; at once, immediately
mara kwa mara often
mara moja at once, immediately
marahaba response to **shikamoo**
masaa hours (i.e., any number of hours)
mashambani in the rural areas
mashariki east (N-Class)
mashine machine(s) (Ma-Class)
mashua boat made of planks (N-Class)
mashuhuri famous, well known
maskani dwelling place (N-Class)
maskini poor person, poor
maswali questions
mawe stones
mazao produce, harvests, crops
maziwa milk (Ma-Class)

mazungumzo   conversation (Ma-Class)

mbacha   mat, old, worn

mbali   far, far away

mbali na   far from

mbalimbali   various, assorted, different

mbao   lumber

mbegu   seed(s)

mbele ya   in front of

mbingu   sky, heaven (N-Class)

mbio   act of running (N-Class)

mboga/mi-   vegetable

mbona?   why? (reproachful)

mbuzi   goat(s), coconut scraper(s)

mbwa   dog(s)

mchana   afternoon, daytime

mchanganyiko/mi-   mixture

mchele/mi-   uncooked rice (cf.: wali 'cooked rice')

mchezaji/wa-   player

mchi/mi-   pestile

mchungaji/wa-   herder, herdsman

mchungwa/mi-   orange tree

mdomo/mi-   mouth, lip

-mea   grow (plants)

meli   modern type ship(s)

meno   teeth (jino 'tooth' Ji-/Ma-Class)

-menya   peel

methali   proverb(s)

-meza   swallow

meza   table(s)

mfadhili/wa-   benefactor

mfano/mi-   example

mfanyakazi/wa-   worker

mfu/wa-   dead person, corpse

mfuko/mi-   bag, pocket

mfukoni   inside the bag/pocket

mfupa/mi-   bone

mgahawa/mi-   restaurant

mgahawani   inside the restuarant

mgeni/wa-   stranger, guest

mgomba/mi-   banana plant

mgonjwa/wa-   sick person

mguu/mi-   leg, foot

mhula   school term, such as quarter/semster (N-Class)

mia/ma-   hundred

mila   custom(s), habit(s)

mimba   fetus (N-Class)

mimi   I, me

miongoni mwa   among

Misri   Egypt

mizani   measure in poetry (N-Class)

mjanja/wa-   clever, tricky person

mji/mi-   town, city

mjomba   uncle, brother of one's mother

mjukuu/wa-   grandchild

mjumbe/wa-   representative

mkahawa   restuarant (also: mgahawa)

mkakasi/mi-   fancy box, coffin

mkate/mi-   bread

mkate wa kusukuma   type of flat bread (chapati)

mkatoliki/wa-   Catholic person

mke/wa-   wife, woman

mkoa/mi-   region (used instead of jimbo, esp. in Tanzania)

mkono/mi-   arm, hand

Mkristu/wa-   Christian person

mkulima/wa-   farmer, cultivator

mkurugenzi/wa-   director

mlango/mi-   door

mlia/mi-   stripe

mlima/mi-   mountain

mmea/mi-   plant

mmoja   one person

mnamo   by, within (a period of time)

mnanasi/mi-   pineapple plant

mnazi/mi-   coconut plant

mno   very much, especially so

mnunuzi/wa-   buyer

mnyama/wa-   animal

mofimu   morpheme

moshi/mi-   smoke

moto/mi-   fire
motokaa   car(s), automibile(s)
moyo/mi-   heart
mpaka   up to, until
mpango/mi-   plan
mpapayu/mi-   papaya tree
mpenzi/wa-   lover, loved one
mpigaji/wa-   hitter (e.g. drum)
mpira/mi-   ball, rubber
mpishi/wa-   cook
mpumbavu/wa-   fool, stupid person, idiot
Mreno/wa-   Portuguese person
msaada/mi-   help, assistance, aid
msafara/mi-   trip, expedition
msala/mi-   prayer mat
msamiati   vocabulary
msemaji/wa-   speaker
msemo/mi-   saying
mshahara/mi-   salary
mshairi/wa-   poet
mshonaji/wa-   sewer, tailor
msichana/wa-   girl
msikilizaji/wa-   listener
msikiti/mi-   mosque
msingi/mi-   foundation
mstari/mi-   line
msukaji/mi-   weaver
Msumbiji   Mozambique
mtaa/mi-   part of town, neighborhood
mtalii/wa-   tourist
mtama/mi-   millet, millet plant
mtambo/mi-   machine
mti/mi-   tree (or any part of tree)
mtihani/mi-   exam, quiz, test (academic or training achievement)
mto/mi-   river, pillow
mtoaji/wa-   one who offers
mtoto/wa-   child
mtu/wa-   person
mtukufu/wa-   honored person
mtungi/mi-   waterpot

muda   period, interval of time
muhimu   important, essential, necessary
muhogo/mi-   cassava, cassava plant
muhtasari/mi-   short notes, main points
mume/wa-   husband
Mungu/mi-   God, gods
muundo   structure (shape or build)
mvi   grey hair
mvivu/wa-   lazy person
mvua   rain
mvulana/wa-   boy
mvunja/wa-   destroyer
mvuvi/wa-   fisherman
mwaka/mi-   year
mwalimu/w-   teacher
mwambie   tell him (imperative)
mwana/w-   child, offspring
mwanachama/w-   member
mwanafunzi/w-   student
mwanamke/wanawake   woman
mwanamume/wanaume   man
mwananchi/w-   citizen
mwanasiasa/w-   politician
mwandikaji/w-   writer
mwandikiwa/w-   addressee (of letters/documents)
mwandishi/w-   writer, sender (of letters/documents)
mwanzo/mi-   begining, starting point
mwanzoni   at the beginning, at first
mwembe/mi-   mango tree
mwendo/mi-   going, a way of going
mwenye duka/w-   shop owner/keeper
mwenyeji/w-   inhabitant
mwerevu/w-   smart/clever person
mwenzi/w-   companion
mwezi/mi-   month, moon
mwimbaji/wa-   singer
mwingine/wa-   other, another (person)
mwisho/mi-   end, conclusion

mwishoni at the end
mwishowe finally, at last
Mwislamu/wa- Moslem
mwitu/mi- forest
mwizi/wezi thief
mwongo/wa- liar
mwulize ask him (imperative)
mwuzaji/wa- seller, vender
mzaliwa/wa- native, native born
mzazi/wa- parent
mzee/wa- old person, elder
mzima/wa- healthly person
mzizi/mi- root
Mzungu/wa- European, white person

N

n.k. = na kadhalika et cetera (etc.)
na and, with, by
-na be with, have
naam yes
nafasi chance, opportunity, time
nafuu good price, improvement (health)
namba number(s)
namna kind(s), sort(s)
nanasi/ma- pineapple
nani/ni nani? who, whom?
nazi coconut(s)
nchi country/countries
ndani inside
ndefu long (N-Class; stem: **-refu**)
ndege bird, airplane
ndevu beard
ndi it is indeed, it is so
ndimi I am, it's me
ndimu lemon
ndiyo yes, it is so (also: **ndio**)
ndizi banana
ndoa marriage
ndugu brother, relative
nenda go (imperative)
-nene fat (not used with meat)
neno/ma word, thing

ng'ombe cow, cattle
ngalawa canoe, outrigger
ngamia camel
-ngapi? how much, how many?
-ngoja wait
-ngojea wait for
ngoma dance, drum (includes dancing, drumming, and singing)
ngozi skin
nguo cloth, clothing
nguruwe pig
ni is, am, are
nia intention, aim
nini? what (thing)?
ninyi you (plural)
njaa hunger
nje outside
njema good (N-Class; stem: **-ema**)
njia road, way
njiani along the way
njoo come (imperative)
-nono fat (used with meat)
-nunua buy
-nunulia buy for/on behalf of
nusu half
nyama meat
nyanya grandmother; tomato
nyingine see **-ingine**
-nyoa cut hair, shave
nyoka snake
-nyolewa have one's hair cut
nyongeza appendix(es), addition(s) to a book or article
nyote all of you
nyua enclosure(s), fence(s)
nyuma rear
nyuma ya behind (**nyuma yako** 'behind you')
nyumba house, home
nyumba ya kupangisha a house for rent
nyumbani at home, inside the house

nyumbu gnu, wildebeast
-nywa drink
nywele hair (**unywele** 'piece of hair')
-nywesha cause to drink, water
nzi fly
nzima whole
nzuri good

O

-oa marry (of man)
-oana marry each other
ofisi/ma- office (also: **afisi**)
-oga take a bath/shower
-ogelea swim
-okota pick up
-olewa be married (of woman)
-ona see
-onana see each other
-ondoa clear off/away
-ondoka leave, go away
-ondolea clear off for
-ongoza lead, direct
-onya warn, chide
-onyesha show, cause to see
-onyeshea show with/to /for
opareta/ma- operator
orodha list(s)
-orodhesha put in a list, enlist
-ote all
-oza rot
-ozwa be married by

P

-pa give
pa of (Pa-Class)
padri/ma- priest
paka cat(s)
palikuwa na there was, there were
-palilia weed
pamba cotton
pamoja na together with
-pana wide
-panda climb; plant

-panga arrange, make plans
-pangisha rent (a place or thing)
panya rat(s), mouse/mice
papo hapo then and there
pasi iron(s) (**-piga pasi** 'iron')
-pata get, obtain; happen to
-patana agree
pati party/parties
-patikana be obtainable/available
peke y- alone, by oneself (e.g.: **peke yangu** 'by myself')
pekee alone, only, unique
-peleka send, take, convey
-penda like, love
pendo/ma- affection, act of loving/liking
pengi many places (Pa-Class)
pengine perhalps, possibly
penye where there is, at a place
penzi/ma- love, affection
pesa money (usu. N-Class, pl.)
-pi? which? (of several alternatives)
pia also
picha picture
-piga hit
-piga gurudumu roll a hoop
-piga teke kick
-piga simu make a telephone call
-piga sindano give an injection
-pigana fight
-pigia simu telephone someone
-pika cook
pikiniki picnic
pikipiki motorycycle, scooter
-pima measure, weigh, examine a someone or something
-pita pass, go by/through
pitsa pizza
plau plow
po pote wherever
-poa cool off, cool down
-pokea receive

209

pole an expression of sympathy; sometimes used for 'I am sorry'
polepole slowly, quietly
pombe beer, liquor
pori/ma- wilderness, bush
porini wilderness, jungle (N-Class)
-posa engage, become engaged
posa marriage proposal (N-Class)
-potea be lost
pua nose(s)
-pumbavu stupid (cf.: **mpumbavu** 'fool')
-pumzika rest, relax, take it easy
punda donkey(s)
punda milia zebra(s)
-punguza reduce, make smaller
pwani coast, shore (N-Class)
-pya new

R

radhi happiness
rafiki/(ma-) friend (N- or Ma-Class)
rahisi cheap, easy
rais/ma- president
rangi color(s)
radio/redio radio(s)
-refu long, tall
-rejea return, arrive
reli railroad
robo quarter
-rudi return, come back (intrans.)
-rudia repeat, come back to, rejoin
rudio/ma- revision
-rudisha return (trans.)
ruhusa permision
-ruhusu permit, allow
-ruka fly, jump (**ruka ruka** 'jump up and down repeatedly')
-rukia fly at, jump at

S

saa hour (N- or Ma-Class)
saa ngapi? what time is it?
sababu reason(s)
safi clean (adj.)
safari journey, trip
-safiri travel, take a trip, make a journey
-safisha clean, wash
-sahau forget
-sahihi correct, accurate, proper (**-sahihisha** 'make corrections')
-saidia help
saini signature(s)
salama peace, safety, security (N-Class)
-sali pray
-salimu greet (**salaam/wa-** 'greeting')
samaki fish
-samehe forgive, pardon, excuse
sana very much, a great deal
sanaa art work(s)
sanamu statue, image
sasa now
sawa equal, same, similar
sawa na equal to
sawasawa alright, o.k., correctly
sayansi science(s)
sehemu section(s), place(s), piece(s), part(s)
sekondari secondary
-sema say, speak
serikali government(s)
shahada degree(s)
shairi/ma- poem
shaka doubt(s), uncertainty
shamba/ma- field, farm
shangazi aunt, sister of one's father
shati/ma- shirt
shekhe/ma- Moslem elder, leader
sherehe celebration(s)
-sherehekea celebrate
sheria law(s), regulation(s)

210

shida trouble, difficulty
-shika grab, seize
shikamoo greeting (respectfully to elder)
shilingi shilling (currency used in East Africa)
-shinda overcome, surpass, win
-shindana compete
shindano/ma- competition
shingo neck(s)
-shona sew
shughuli business(es), engagement(s), occupation(s)
-shuka descend, come down (also: -**teremka**), go down, get down, disembark
shuka a piece of loin cloth worn by men, bed sheet
shule school(s)
shule ya msingi primary school
si am not, is not, are not
siasa politics
sifa good reputation
sifuri/sufuri zero
sigara cigarette(s)
sigiri charcoal stove
-sikia hear
-sikika be heard
-sikiliza listen
-sikitisha sadden, make sorrowful
siku day(s)
sikukuu feast day, a day of celebration (e.g., Independence Day, Christmas, Ramadhan)
silabi syllable(s)
-simama stand, stop any movement
simba lion(s)
simu telephone(s)
-simulia tell, narrate a story
sindano needle(s)
sinema movie(s), film(s)
sinia/ma- tray

siri secret(s)
sisi we
sivyo? is that not so? (expecting "yes")
skuli school(s) (from English) - used interchangeably with **shule** (from German)
soko/ma- market
soksi socks
-soma read, study
somo/ma- lesson, reading
sote all of us
-starehesha entertain
subira patience (N-Class)
sufuria pan(s), cooking pot(s)
-suka weave, plait
sukari sugar (N-Class)
-sukwa nywele have one's hair plaited
sumu poison (N-Class)
sungura rabbit(s), hare(s)
supamaket supermarket(s)
suruali long pants, trousers, slacks
swala antelope(s)
swali/ma- question
sweta sweater(s), cardigan(s)

T
taabu trouble(s), difficulty/difficulties
tabia manners
tafadhali please
-tafsiri translate
-tafuta look for, search for
taifa/ma- nation
-taja mention (someone's name)
tajiri/ma- rich person
-taka want
takataka trash
-tambua recognize
-tamka pronounce
tamshi/ma- utterance, pronunciation
tamu sweet, tasty, delicious

tangazo/ma- announcement, notice
tangu since
-tangulia go first, precede
-taradhia bargain (Mombasa)
taratibu carefully
tarehe date(s)
tasbihi rosary (N-Class)
-tawala rule
tawi/ma- branch
tayari ready
-tayarisha make ready, prepare
-tazama look at, watch
-tega trap, set a trap, catch
-tegemea depend on, rely on
-teka draw water
teksi/ma- taxi
-tembea walk
-tembelea visit
tembo elephant(s)
tena again, furthermore, moreover
-tengeneza fix, make, repair
tezo/ma- adze
theluji snow (N-Class)
thumuni 50 cent piece
-tia put, place, set into
-tia ufunguo wind up
-tia uhai put live into
-tii obey
tiifu obedient, respectful
timu team(s)
-tiwa be put into
-toa subtract, remove, take away; give, offer, present
-toa hadithi tell a story
-toa hotuba give a speech
tofaa/ma- apple
tofauti different
-toka come from
-tokana result from, derive from, originate
toke/ma- type of banana
-toleana hadithi tell each other a story
-tosha be sufficient, be enough

trekta/ma- tractor
treni train (also: **gari la moshi**)
tu only, just, merely
-tua land on
tui juice of grated coconut (N-Class)
-tukana insult
-tumia use
tumizi/ma- usage, need, necessity
tunda/ma- fruit
-tunga compose
-tungiana compose for each other
-tupu empty, bare
-twanga pound in a mortar
twiga giraffe(s)

U
ua/ma- flower
ua/ny- enclosure, fence
-ua kill
ubao/mbao board, plank, piece of wood; chalk board
ubaya badness, evil
uchafu dirt, dirtiness
uchumi economics, economy
uchunguzi research, investigation
udogo smallness; childhood
udongo soil, dirt
ufuko beach
ufunguo key
ugali thick porridge-like meal (e.g., corn, cassava, or millet boiled in water)
ugonjwa sickness
uhai life, principle of life
uhandisi engineering
uhodari skill, bravery
uhuru freedom
Uingereza England
ujamaa familyhood, relationship
ujao that which is to come
ujasiri bravery
ujuzi knowledge, experience
ukarimu hospitality

ukoloni colonialism
ukubwa bigness, largeness, size
ukucha finger nail, toe nail
ukulima farming, agriculture
ukuni/kuni stick of firewood
ukurasa/kurasa page
ukuta/kuta wall
Ulaya Europe
ulimi/ndimi tongue
ulimwengu world
-uliza ask (questions)
-uma hurt, bite
uma/nyuma fork
umaarufu fame, renown
umbile/ma- nature, natural
  conditions
umeme electricity
umuhimu importance
-unga join, link
unga flour
-ungana unite, join together
upande/pande side, area, part,
  section
upepo wind
upesi quickly, fast
upole calm, meekness
urahisi ease, easiness, tallness
urefu length, longness, tallness
urejesho reference (**o ya urejesho**
  'relative marker' **o**)
Urusi Russia
usawa level
ushirika cooperation
usiku night, last night
usingizi sleep
uso/ny- face
usufi kapok
uzuri beauty
utafiti research, investigation
utalii tourism
utamaduni culture
utawala rule
utenzi/tenzi type of poem
utoaji act of giving, narration

uwezo ability
uwingi abundance
-uza sell
uzima wholeness

V
-vaa wear, put/have on clothing
-valia dress up for (an occasion)
vazi/ma- clothing (usu. pl.)
vema very well, very good, fine
viazi vikuu yams
viazi vitamu sweet potatoes
vigumu difficult, very hard (adv.)
vita war (Vi-Class; no sg.)
vizuri very well, very good, fine
  (adv.)
-vua fish
-vuma make a sound, buzz
-vuna harvest
-vunjika be broken
vuno/ma- harvest
-vuta pull, inhale, drag
-vuta tasbihi pray the rosary
-vutia attract
vyeo ranks, titles

W
-wa be
-wa na be with, have
wadudu bugs
wachache few (people)
Wachaga the Chaga people
wakati time, period
wakati uliopita past time (as
  grammatical term
  implies past tense)
wakati wa (+ infinitive) when
wali cooked rice
Wamarikani Americans
wao they
wapi? where?
-washa light
wazo/ma- thought
-weka put, place on/in, set down

-wekea keep in, put in
wema goodness
wengi many (people) (cf.: **-ingi**)
werevu see **mwerevu**
wewe you (sg.)
-weza be able, manage
wezekana be possible
wikendi weekend(s)
wiki week(s)
wiki ijayo next week
wiki iliyopita last week
wilaya district(s)
wimbo/nyimbo song
wingi plural
wino ink
woga fear
wote everybody, all (the) people

Y
yaani that is, id est (i.e.)
yadi yard (measurement)
yai/ma- egg
yeye she, he, it (animate)
yenyewe oneself, itself (N-Class; pl.:
        zenyewe)

Z
zaidi more
zaidi ya more than
zamani long ago
zao/ma- produce, crop
zawadi present(s), gift(s)
zenye that which has (N-Class)
-ziandike write them (reference to
        N-Class)
-zidi be more
-zidisha multiply, increase
-zima whole, entire, healthy
-zingatia take into consideration,
        bear in mind, embrace
-zingira go around, surround
-zito heavy
ziwa/ma- lake
zoezi/ma- exercise

-zunguka go around, go about
-zungumza converse, chat
-zuri good, beautiful

A

a lot of -ingi
a measure kibaba/vi-
a saying msemo/mi-
a small group kikundi/vi-
ability uwezo
about hivi, juu ya, kama
abundance uwingi
accept -kubali
act of loving pendo/ma-
act of running mbio
adult mtu mzima/wa-
adze tezo/ma-
afterwards halafu, baadaye
affair jambo/mambo
Africa Afrika
African way/manner Kiafrika
after baada ya (+ infinitive)
afternoon mchana, alasiri
again tena
agree -kubali, -patana
agriculture ukulima
aim, intention nia
air hewa
airplane ndege, eropleni
alive hai; **state of being alive** uhai
all -ote
all of us sote
all of you nyote
allow -acha
alone peke y- (e.g. peke yangu)
alone, only, unique pekee
along the way njiani
already tayari (used for the
    -mesha- tense)
alright haya
also pia, vile vile
although ingawa
altogether kwa jumla
always daima
am, is, are ni
am not, is not, are not   si

among baina ya, miongoni mwa
amuse -chekesha
and na
and so on kadha wa kadha, kadhalika
animal mnyama/wa-
announcement tangazo/ma-
another -ingine
answer -jibu (v.); jibu/ma- (n.)
antelope swala
approximately hivi, kama
Arabia Arabuni
are, is, am   ni
area upande/pande, sehemu
argue -gomabana
arise, wake up -amka
arm, hand   mkono/mi-
arrive -fika
article makala (N- or Ma-Class)
as an example kwa mfano
as, such as   kama
ask (question) -uliza
asphalt lami
assorted, various mbalimbali
at (location)   kwenye
at first mwanzo, mwanzoni
at home   nyumbani (e.g. **at my home**:
            nyumbani kwangu)
at once   mara, mara moja
atmosphere hewa
attend -hudhuria
attract -vutia
author mwandishi/w-
automobile motokaa

B

bad -baya, -bovu
badness ubaya
bag mfuko/mi-
ball mpira/mi-
banana ndizi
banana plant mgomba/mi-
barber kinyozi/vi-

215

bargain -patana, -patana bei,
basin beseni
basket kikapu/vi-
bathroom choo/vy-
be -wa
be able -weza
be accepted -kubaliwa
be astonished -ona lo
be available -patikana
be blessed -barikiwa
be broken -vunjika
be counted -hesabiwa
be enough -tosha
be heard -sikika
be in attendance -hudhuria
be lacking -kosa
be late -chelewa
be lost -potea
be married -olewa
be married by -ozwa
be milked -kamuliwa
be obtainable -patikana
be possible -wezekana
be put into -tiwa
be ruined -harabika
be similar -fanana
be squeezed -kamuliwa
be sufficient -tosha
be surprised -ona lo
be tired -choka
be told -ambiwa
be understood -fahamika
beach ufuko
bean haragwe/ma-
beard ndevu
beauty uzuri
because kwa sababu
become engaged -posa
bed kitanda/vi-
before kabla ya (+ infinitive)
begin -anza
begin with -anzia

beginning mwanzo/mi-
behind nyuma ya (e.g. **behind him**: nyuma yake)
bench bao/ma-
best, better bora
better afadhali; (**it would be better**: ni afadhali)
between baina ya
bicycle baisikeli
big -kubwa
bigness ukubwa (person)
bird ndege
bite -uma
bitter -kali
black -eusi
black cloth
- worn by Moslem women buibui
blank verse guni
blessing baraka
blood damu
board ubao/mbao
boat
- made with planks mashua (N-Class)
boil -chemka (intr.); -chemsha (tr.)
bone mfupa/mi-
book kitabu/vi-
borrow -azima
boy mvulana/wa-
bowl bakuli
branch tawi/ma-
brave hodari
bravery uhodari, ujasiri
bread mkate/mi-; mkate wa kusukuma: 'chapati'
breakfast chamshakinywa/vy-
bride bibiarusi, biarusi
bring -leta
brother ndugu, kaka
brotherhood ujamaa
build -jenga
building jumba/ma-
bus basi/ma-

bush pori/ma-
business biashara
but lakini
but rather bali
buy -nunua
buy for -nunulia
buyer mnunuzi/wa-
by (time reference) mnamo
by, with, for, etc. kwa

C
call 'hodi' -bisha hodi
call -tia
camel ngamia
canon rule kanuni
car motokaa
carefully taratibu, kwa utaratibu
carry -beba, -chukua
carve -chonga
cassava muhogo/mi-
cat paka
catch -tega, -kamata
catch each other -kamatana
Catholic -a Kikatoliki;
        Mkatoliki/wa-
cattle ng'ombe
cause sorrow -sikitisha
cause to drink -nywesha
cause to laugh -chekesha
cause, reason, sake ajili
celebrate -sherehekea
celebration sherehe
century karne
certain fulani
Chaga Mchaga
chair kiti/vi-
chalk chaki
chance nafasi
change -badalisha
charcoal kaa/ma-
charcoal stove sigiri
chase each other -fukuzana

chat, converse -zungumza
cheap rahisi
cheetah duma
chemistry kemia
chicken kuku
child mtoto/wa-, mwana/w-
choose -chagua
Christian Mkristu/wa- (Mkristo)
Christian way/custom Kikristo
church kanisa/ma-
citizen mwananchi/w-
city mji/mi-
class, classroom darasa/ma-
clean safi (adj); -safisha (v.)
clear away -ondoa
clever person mjanja/wa-
clever, skilled hodari
climb -panda
close -fungua
cloth, clothing nguo, vazi/ma-
coast pwani
coconut grater mbuzi
coconut nazi
coconut palm mnazi/mi-
coffee kahawa
coffin mkakasi/mi-
college chuo/vy-
colonialism ukoloni
colony koloni
color rangi
come -ja(v.); njoo(imp.)
come back to -rudia
come from -toka
come near karibu (imp.)
commerce biashara
common sense hekima
companion mwenzi/w-
compete -shindana
competition mashindano (Ma-Class)
compose -tunga
compose for each other -tungiana
concern -husu

concerning   juu ya, kuhusu
condition   hali
container, type of   debe/ma-
continent   bara (N- or Ma-Class)
continue   -endelea
conversation   mazungumzo (Ma-
Class)
converse   -zungumza
convey, send   -peleka
cook   -pikia (v.); mpishi/wa- (n.)
cool off/down   -poa
cooperation   ushirika
cooperative   chama cha
corn   hindi/ma-
corpse   mfu/wa-
correctly   sawasawa
cotton   pamba
count   -hasabu
country   nchi
court   korti/ma-
cover   -funika (v.); jalada/ma- (n.)
cow   ng'ombe
craftsman   fundi/ma-
crime   maasi
crop   zao/ma-; vuno/ma-
cruel   katili
cultivate   -lima
culture   utamaduni
cup   kikombe/vi-
custom   desturi, kawaida, mila
customarily   kwa kawaida
cut hair   -nyoa

D
dance   -cheza ngoma
dance, drum   ngoma (cf. lelemama,
chakacha)
dancer   mchezaji ngoma
dark   -eusi
date   tarehe
dawn   alfajiri
day   siku

daytime   mchana
death   kifo/vi-
degree   shahada, digri
demonstrate   onyesha
demonstrative   kionyesho/vi-
depend on   -tegemea
derive from   -tokana
desire   hamu
destroyer   mvunja/wa-
dhow   jahazi/ma-
dialogue   mazungumzo (Ma-Class)
die   -fa
different   tofauti
difficult   vigumu (adv.); -gumu (adj.)
difficulty   shida
dirt   uchafu
dirt, soil   udongo
dirty   -chafu
divide   -gawanya
do work   -fanya kazi
do, make   -fanya
doctor   daktari/ma-
dog   mbwa
dollar   dola
donkey   punda
door   mlango/mi-
doubt   shaka
dowry   mahari
drag   -vuta
draw water   -teka
dress   guani (n.); -vaa (v.)
drink   kinywaji/vi- (n.), -nywa (v.)
driver   dereva/ma-
drum   ngoma
drummer   mpigaji/wa-, ngoma
dry   -kavu
dwelling   maskani (N-Class)

E

early mapema (**early in the morning**: asubuhi na mapema)
ease, easiness urahisi
easily kwa urahisi
east mashariki
eat -la
economy uchumi
edge kando
education elimu
egg yai/ma-
elder mzee/wa-
elephant tembo
empty -tupu
end mwisho
engage -posa
engineering uhandisi
England Uingereza
enter -ingia
entertain -starehesha
entire -zima, -ote
equal sawa
equal to sawa na
especially hasa, haswa
especially so, very much mno
et cetera kadha wa kadha, n.k.
Europe Ulaya
European mzungu/wa-
even hata
even though ijapokuwa
evening jioni
every kila
examination mtihani/mi-
examine, measure -pima
example mfano/mi-
except ila
exercise zoezi/ma-
expedition msafara/mi-
expensive ghali
experience ujuzi
expert fundi/ma-

explain -eleza
eye jicho/macho

F

factory kiwanda/vi-
facts, information maarifa
fail, be lacking -kosa
fall -anguka
fame umaarufu
family jamaa, familia
family-hood ujamaa
famous mashuhuri
far mbali, mbali
farm -lima (v.); shamba/ma- (n.)
farmer mkulima/wa-
fast mbio
fasten -funga
father baba
fear woga
feast karamu
fee ada
female kike, -a kike
fetus mimba (N-Class)
fever homa
few -chache
field shamba/ma-
fierce -kali
fifty cent piece thumuni
fight -pigana
figure out a puzzle -fumbua
fill -jaza (tr.)
finally mwishowe
fine, good -zuri
fine, healthy -zima
fine, very well vema, vizuri (adv.)
finger kidole/vi-
finish -isha(intr.); -maliza
finish up -ishia
fire moto/mi-
firewood ukuni/kuni
fish samaki (n.); -vua (v.)
fisherman mvuvi/wa-

fix -tengeneza
flag bendera
flour unga (U-Class)
fly (insect) nzi
fly at, jump at -rukia
follow -fuata
food chakula/vya-
fool mpumbavu/wa-
foot, leg mguu/mi-
for a period of time kwa muda
for example kwa mfano
for free kwa bure
for, because kwani
for, to, in respect to, etc. kwa
foreign type/kind kigeni
forest mwitu/mi-
forget -sahau
forgive -samehe
former -a zamani
fortunately kwa bahati nzuri
foundation msingi/mi-
free huru
freedom uhuru
French language/way Kifaransa
Friday ijumaa
friend rafiki (N- or Ma-Class)
friendship, love mahaba
fruit tunda/ma-
furniture, tool chombo/vy-

G

game (a board game) bao/ma-
garden bustani
general jemadari/ma-
geography jiografia
geology jiologia
get -pata
get down -shuka
gift zawadi
giraffe twiga
girl msichana/wa-
give -pa, -toa

give a speech -toa hotuba
give an injection -piga sindano
gnu nyumbu
go -enda, nenda (imp.)
go around -zunguka
go down -shuka
go first -tangulia
go on, continue -endelea
go one's way -enda zake
go shopping -enda madukani
go up, climb -panda
goat mbuzi
God Mungu/mi-
going mwendo/mi (n.)
good -ema, -zuri;
      njema (n.: N-Class)
good behavior adabu
good condition -zima (adj.)
good fortune heri
good price nafuu
good reputation sifa
goodbye kwa heri
goodness wema (U-Class)
government serikali
grab -shika
grandchild mjukuu/wa-
grandfather babu
grandmother nyanya, bibi
grass jani/ma-, nyasi
grate -kuna (nazi)
greet one another -amkiana
greeting amkio/ma-
groom bwanaarusi
group kundi/ma-
grow (plants) -mea
grow up -kua
guest mgeni/wa-

220

H

habit mila, desturi
hair unywele/nywele
half nusu
hand mkono/mi-
happen to -pata
happiness heri, furaha, radhi
harbor bandari (N- or Ma-Class)
hard -gumu
harvest -vuna (v.); vuno/ma- (n.)
haste haraka
hate -chukia (v.); chuki (n.)
have -wa na
have on clothing -valia
have one's hair cut -nyolewa nywele
have origin in -tokana
having, possessing -enye
he, she yeye
head kichwa/vi-
headquarters kao/ma- (usually pl.)
healthy -zima
hear -sikia
heart moyo/mi-
heavens mbingu
heavy -zito
help -saidia, msaada/mi- (n.)
herd animals -chunga
herder mchungaji/wa-
here hapa
hers, his -ake
high juu
highway barabara
hill kilima/vi-
his, hers -ake
history historia
hit -piga
hoe jembe/ma-
holiday sikukuu
home nyumba
honored person mtukufu/wa-
hospitality ukarimu
hotel hoteli/ma-

hour saa
house nyumba
how many/much? -ngapi?
hundred mia/ma-
hunger njaa
hurry -fanya haraka(v.); haraka(n.)
hurt -uma, -umia
husband mume/wamume
hyena fisi

I

I, I alone, by myself mimi
i.e. yaani
ice barafu
image sanamu
immediately mara, mara mmoja
importance umuhimu
important -kuu, muhimu
in front of mbele ya
in katika
in order that ili
in respect to kwa
in rural areas mashambani
in truth kwa kweli
increase, grow -kua
India Bara Hindi
Indian way Muhindi/wa-
indicator alama
information maarifa
inhabitant mwenyeji/w-
ink wino (U-Class)
inland areas bara (N-or Ma-Class)
inside ndani
instead of badala ya
insult -tukana (v.)
intelligence akili
intention nia
interval of time muda (M/Mi-Class)
invite -alika (v.: lit. make welcome)
is, are, am ni
is not, are not, am not si
is that not so? sivyo?

221

island kisiwa/vi-
it is indeed ndi-

J
join together, unite -ungana
journey safari
joy furaha
jump at, fly at -rukia
jump, fly -ruka
just, merely, only tu

K
kanuni general rule, canon
kapok usufi
keep in, put in -wekea
key ufunguo/funguo
kick -piga teke
kill -ua
kind, sort aina, namna
kitchen jiko/meko
knife kisu/vi-
know -jua
knowledge ujuzi, maarifa

L
lake ziwa/ma-
land on -tua
language lugha
large -kubwa
last night usiku
last week wiki iliyopita
later, afterwards halafu
laugh -cheka
lavatory, toilet choo/vy-
law sheria
lead -ongoza
leader kiongozi/vi-
leaf jani/ma-
learn -jifunza
leave -ongoka
leave, allow -acha
leg mguu/mi-

lemon ndimu
length urefu
leopard chui
less kasa, kasoro
lesson somo/ma-
letter barua
liar mwongo/waongo
library maktaba
library science elimu ya maktaba
life maisha (Ma-Class)
light mwanga
light a fire washa moto
light in color -eupe
like, as kama
like, love -penda
likewise hali kadhalika
line mstari/mi-
linguistics isimu ya lugha
lion simba
listen -sikiliza
listener msikilizaji/wa-
little -dogo
littleness udogo
live -ishi
live, stay -kaa
local way kienyeji
log gogo/ma-
long -refu
long ago kale, zamani
look at -angalia, -tazama
look for -tafuta
loose legelege
loss hasara
lose poteza
lost -potea
loud, out loud kwa sauti
love, friendship mahaba
love, like -penda (v.); mapenzi (n.)
loved one, lover mpenzi/wa-
luck bahati
lumber ubao/mbao

M

machine mtambo/mi-
major, chief -kuu
make a sound -vuma
make comfortable -starehesha
make happy -furahisha
make ready -tayarisha
make welcome -karibisha
make, do -fanya
make, repair -tegeneza
male kiume, a kiume
man mwanamume, wanaume
mango embe/ma-;
      mwembe/mi- (tree)
manner of loving pendo/ma-
manners, good behavior adabu
many -ingi
many places pengi
market soko/ma-
marriage ndoa, arusi
marriage proposal posa
marry -funga, ndoa, -oa (of a man),
      olewa (of a woman), -oana
      (to each other)
mat jamvi/ma-; mbacha/mi-
math hesabu
matter jambo/mambo
meaning maana (N-Class)
measure (poetry) mizani (N-Class)
measure,examine -pima
meat nyama
medicine dawa
member mwanachama/w-
mention (someone's name) -taja
merely, only, just tu
middle kati, -a kati
milk maziwa
millet mtama/mi-
mine -angu
minute dakika
miss, fail -kosa
miss, mrs., ms. bibi

mixture mchanganyiko/mi-
modern -a kisasa
Monday jumatatu
money pesa, fedha
month mwezi/mi-
more than kuliko (comparison),
      zaidi ya (quantity)
more zaidi
moreover tena
morning asubuhi
mortar kinu/vi-
Moslem elder/ruler shekhe/ma-
Moslem judge kadhi/ma-
Moslem Mwislamu/wa-
Moslem way, custom Kiislamu
mosque msikiti/mi-
mother mama
motorcycle pikipiki
mountain mlima/mi-
mouse, rat panya
move to -hamia
movie sinema
Mozambique Msumbiji
mr., sir bwana
mrs., ms., miss bibi
much, many -ingi
my, mine -angu

N

name jina/ma-
narrate -simulia
nation taifa/ma-
native born mzaliwa/wa-
native way kienyeji
nature, natural condition maumbile
near to karibu na
nearly karibu
necessity lazima (+ subjunctive)
need -hitaji (v.); mahitaji (n.)
needle sindano
neighborhood mtaa/mi-
new -pya

news   habari
newspaper   gazeti
next week   wiki ijayo
night, last night   usiku
no   hapana, la
north   kaskazini
notebook   daftari/ma-
notice, announcement   tangazo/ma-
now   sasa

O

o.k.   haya
obligation   lazima (+ subjunctive);
(e.g. **I must study**:
ni lazima nisome)
oblige   -bidi (+ subjunctive)
obtain   -pata
ocean-going ship   meli (N-Class)
of   -a
offer   -toa
office   ofisi, afisi
offspring   mwana/w-, mzaliwa/wa-
often   mara kwa mara
old person   mzee/wa-
old, former   -a zamani
on account of   kwa ajili ya
on, about   juu ya
one   -moja
one who offers   mtoaji/wa-
oneself   -enyewe
onion   kitunguu/vi-
only   tu
open   -fungua
operator   opareta/ma-
opportunity   nafasi
or   au
orange   mchungwa/mi- (tree),
chungwa/ma- (fruit)
organization   chama/vy-
origin   asili
original way   kiasili
originally   kwa kiasili

other   -ingine
our, ours   -etu
outloud   kwa sauti
outrigger canoe   ngalawa
outside   nje, nje ya
overcome   -shinda

P

page   ukurasa/kurasa
pan   sufuria
pants   suruali
papaya   mpapayu/mi- (tree),
papayu/ma- (fruit)
paper   karatasi (N-Class)
parent   mzazi/wa-
parliament   bunge/ma-
part, area, side   upande/pande
part, section   sehemu
party   pati
pass   -pita
pastor   kasisi/ma-
pastoralist   mchungaji/wa-
pasture   malisho
path   njia
patience   subira
paved   -a lami
pay   -lipa
peace   salama
peel   -menya
pen, pencil   kalamu
perfume   manukato
perhaps   pengine
period of time   kipindi/vi-, muda
person   mtu/wa-
pestle   mchi/mi-
philosophy   falsafa
physics   fizikia
pick up   -okata
pick up bit by bit   -dondoa
picnic   pikiniki
picture   picha
piece   kipande/vi-

piece of wood   ubao/mbao
pillow   mto/mi-
pineapple   mnanasi/mi- (plant),
            nanasi/ma- (fruit)
place   mahali
place, put   -weka, -tia
plait, weave   -suka
plan   mpango/mi-
plank   ubao/mbao
plant   -panda (v.); mmea/mi- (n.)
play   -cheza
player   mchezaji/wa-
please   tafadhali
plow   plau
pocket   mfuko/mi-
poem   shairi/ma-
poet   mahairi/ma-
point (a finger)   -onyeshea kidole
poison   sumu
political party   chama/vy-
political science   elimu ya siasa
politician   mwanasiasa/w-
politics   siasa
poor (person)   maskini (n. and adj.)
popcorn   bisi
portion of time   kipindi/vi-
Portuguese (person)   Mreno/wa-
possessing   -enye
possessions   mali (Ma-Class)
possibly   pengine
potato   kiazi/vi-
pound (in a mortar)   -twanga
pray   -sali
pray the rosary   -vuta tasbihi
precede   -tangulia
prepare   -tayarisha
present, gift   zawadi
present, offer   -toa
president   rais/ma-
price   bei
priest   padri/ma-
primary school   shule ya msingi

produce, product, crop   zao/ma-
profit   faida
pronounce   -tamka
pronunciation   matamshi
property   mali
proverb   methali (N-Class)
province   jimbo/ma-
pull   -vuta
purpose   madhumuni, nia
put in, keep in   -wekea
put into   -tia
put life into   -tia uhai
put on clothing   -valia nguo
put, put down   -weka
puzzle   fumbo/ma-

Q
quarter   robo
question   swali/ma-
question indicator   je?
quickly   kwa upesi, haraka
quiz   mtihani/mi-

R
rabbit   sungura
radio   redio/radio
radio broadcast   idhaa
railroad   reli
raise (children)   -lea
rat, mouse   panya
reading, lesson   somo/ma-
ready, already   tayari (adj. and adv.)
reason   ajili, maana, sababu
receive   -pokea
recently   hivi karibuni
recognize   -tambua
red   -ekundu
reduce   -punguza
refresh   -burudisha
refuse, say no   -kataa
regulation   sheria
rejoin   -rudia

relation, family jamaa
relationship ujamaa
relative ndugu
religion kini
religous way kidini
rely on -tegemea
remain, stay -kaa
renown umaarufu
repair -tegeneza
representative mjumbe/wa-
republic jamhuri
requirements, needs mahitaji
resemble -fanana
respond -itika
responsibility madaraka
rest -pumzika
restaurant hoteli/ma-
resting place, stations kituo/vi-
result from -tokana
return -rudi (intr.); -rudisha (trans.)
review marudio
rhyme kina/vi-
rice mchele/mi- (grain),
      wali (cooked rice)
rich tajiri (adj.); tajiri/ma-(n.)
riddle kitendawili/vi-, fumbo/ma-
right, justice haki
ripe -bivu
river mto/mi-
road njia, barabara
roll -kusukuma (chapati)
roll a hoop -piga gurudumu
room chumba
rope kamba
rosary tasbihi
rot -oza
rotten -bovu
rule -tawala (v.); utawala (n.)
run -kimbia
Russia Urusi

S
sadden -sikitisha
safety salama, usalama
sake ajili
salary mshahara
same as sawa na
Saturday jumamosi
say goodbye to each other -agana
say no, refuse -kataa
say, speak -sema
school shule, skuli, chuo/vy-
science sayansi
scooter pikipiki
scornful work bezo/ma-
scratch -kuna
sea bahari
secondary sekondari
secret siri
section of town mtaa/mi-
section part sehemu, upande/pande
security salama, usalama
see -ona
see one another -onana
self-reliance kujitegemea
sell -uza
seller mwuzaji/wa-
send, convey -peleka
serve (food) -andalia
set a trap, catch -tega
set into -tia
sew -shona
shadow kivuli/vi-
sharp -kali
she, he yeye
sheep kondoo
shilling shilingi
ship meli
shirt shati/ma-
shoe kiatu/vi-
shop duka/ma-
shore pwani
short -fupi

shortly   hivi karibuni
show   -onyesha
shut   -funga
sick person   mgonjwa/wa-
sickness   ugonjwa
side   kando, upande/pande
sign   alama
silence   kimya
silver   fedha
since   tangu
sing   -imba
sir, mr.   bwana
sister (elder)   dada
size   ukubwa
skill   uhodari
skin   ngozi
sky   mbingu
sleep   -lala, -lala usingizi
sleep   usingizi (n.)
small   -dogo (adj.); kidogo (adv.)
small amount   haba
small board   kibao/vi-
smoke   moshi/mi-
snake   nyoka
snow   theluji
so-and-so   fulani
society   jamii
socks   soksi
soil   udongo
some of   baadhi ya
some, other   -ingine
somewhat   kidogo
song   wimbo/nyimbo
soon   hivi karibuni
sort   aina, namna
south   kusini
speak, say   -sema
speaker   msemaji/wa-
speech   hotuba
spoon   kijiko/vi-
stand up   -inuka, simama
stand, stop   -simama

state   jimbo/ma-
station   kituo/vi-
statue   sanamu
stay   -kaa
stick   fimbo
stick of firewood   ukuni/kuni
still, yet   bado
stone   jiwe/mawe
stop, stand   -simama
stopping place   kituo/vi-
store   duka/ma-
story   hadithi
story-telling   utoaji wa hadithi
stove   jiko/meko
stranger   mgeni/wa-
street   njia, barabara
stripe   mlia/mi-
student   mwanafunzi/w-
study   -soma
stupidity   ujinga
such as   kama
suddenly   ghafula, (opportunity: kwa ghafula)
sugar   sukari
sun   jua/ma-
Sunday   jumapili
supermarket   supamaket
surpass   -shinda
surround   -zingira, -zunguka
Swahili language/way   kiswahili
sweet   -tamu
syllable   silabi

T
table   meza
tailor   mshonaji/wa-
take care   -jitahadhari
take, carry   -chukua
tall   -refu
tallness   urefu
tar   lami
taxi   teksi/ma-

227

tea chai
teach -fundisha
teacher mwalimu/w-
team timu
teeth meno (sg.: jino)
telephone simu (n.); -piga simu(v.)
telephone someone -pigia simu
tell a story -toa/-simulia hadithi
tell, narrate -simulia
term kipindi/vi-
thank you asante, asanteni (pl.)
that is yaani
that kwamba; -le, h_o (demonstr.)
their, theirs -ao
then and there papo hapo
then basi, hapo
then long ago hapo zamani/kale
then, there hapo
there huko; kule
there is/are kuna
there was/were palikuwa na
therefore kwa hivyo
they wao
thief mwizi/wezi
thing kitu/vi-, neno/ma-,
　　　jambo/ma-
think -fikiri, -waza
this morning leo asubuhi
thought wazo/ma-
thousand elfu/ma-
Thursday alhamisi
tie -funga
tie marriage knot -funga ndoa
time mara (occasion), nafasi
to be kuwa
to have kuwa na
to, for, by, etc. kwa
today leo
together pamoja, pamoja na
toilet choo/vy-
tomato nyanya
tomorrow kesho

tongue ulimi/ndimi
tooth jino/meno
total jumla
tourism utalii
tourist mtalii/wa-
town, city mji/mi-
tractor trekta/ma-
traditional kiasili
traditionally kwa kiasili
train gari la moshi/magari
　　　ya moshi
translate -tafsiri
translation tafsiri/ma-
trap -tega
travel -safiri
tray sinia
tree mti/mi-
tribe kabila/ma-
trip safari, mwendo/mi-
trouble shida, taabu
trousers suruali
truck lori/ma-
true kweli
truly kwa kweli
Tuesday jumanne
turtle, tortoise kobe

U

uncertainty, doubt shaka/ma-
understand -elewa, -fahamu
undoubtedly bila shaka
uninhabited place pori/ma-
unite -ungana
university chuo kikuu/vyuo vikuu
untie -fungua
until, up to mpaka, hadi
up juu
upcountry bara (N- or Ma-Class)
use -tumia
useless bure
usual thing kawaida
usually kwa kawaida

V

various   kadhaa, mbalimbali
vegetable   mboga
vehicle   gari/ma-
very well   vizuri, vema
very, very much   sana, mno
village   kijiji/vi-
visit   -tembelea
vocabulary   msamiati

W

wait   -ngoja
wait for   -ngojea
wake up   -amka
wald   -tembea
wall   ukuta/kuta
want   -taka
war   vita (Vi-Class)
wash   safisha, nawa
watch, watch out   -angalia
water (give to animals)   -nywesha
water   maji
waterjar   mtungi/mi-
way   njia
way of going   mwindo/mi-
we   sisi
wealth   mali (Ma-Class)
wear   -valia
weave   -suka
weaver   msukaji/wa-
wedding   arusi, ndoa
Wednesday   jumatano
weed   -palilia (v.); gugu/ma- (n.)
week   juma/ma-, wiki
welcome   -karibisha; karibu (imp.)
well (water)   kisima/vi-
well, fine   -zima (adj.)
well-known   mashuhuri (adj.)
west   magharibi
what kind?   gani?
what time?   saa ngapi?
what?   nini?

wheel   gurudumu/ma-
when   wakati wa (+ infinitve)
when?   lini?
where there is   kwenye, penye
where?   wapi?
wherever   po pote
which?   -pi?
white   -eupe
white person   mzungu/wa-
who?   nani?
whole, entire   -zima, -ote
wholeness   uzima
whose?   -a nani?
why?   kwa sababu gani?
          kwa nini? mbona?
wide   -pana
wife   mke/wa-
wild   -a mwitu
wildebeast   nyumbu
wilderness   pori/ma-
win   -shinda
wind up   -tia ufunguo
wind   upepo
window   dirisha/ma-
with (have/has)   -na
with, for, to   kwa
with, having, possessing   -enye
without   bila
without doubt   bila shaka
woman   mwanamke/wanawake
word   neno/ma-
work   kazi (n.); -fanya kazi (v.)
worker   mfanyakazi/wa-
works of art   sanaa
world   dunia, ulimwengu
write   -andika
writer   mwandishi/wa-
writing   maandiko

Y

yard (measurement) yadi
year mwaka/mi-
yes naam
yes ndio, ndiyo
yesterday jana
yet, still bado
you (sg.) wewe
you (pl.) ninyi
young
- unmarried female msichana/wa-
young
- unmarried male mvulana/wa-
your, yours (pl.) -enu
your, yours (sg.) -ako
youth kijana/vi-

Z

zebra punda milia
zero sifuri